TOTO O.

Charmaine Lasar

Grand Prize sa Nobela
Palanca Memorial Awards for Literature, 2015

Unang limbag, 2016.

ISBN 978-621-95028-4-9

PageJump Media
Quezon City, Metro Manila
www.pagejumpmedia.com

"May Santa Claus nga ba? May *happy ending* nga ba? Meron man o wala, ang mahalaga ay ang simple at patuloy na daloy ng ating mga imperpektong buhay. Sa nobelang ito ay daranasin ng batang si Toto O ang mga tuwa, luha, yakap, at suntok ng buhay pero kasabay niya ay matututunan natin ang ibig sabihin ng pagiging totoo."

- Ricky Lee

"Noong una, sabi ko, ano 'to? Ordinaryo lang ang mga tauhan. Ordinaryo ang panahon at lunan. Ordinaryo ang mga eksena. Ordinaryo ang wika. Ordinaryo din ang pagkakalahad ng kuwento.

Uso pa ba ito? Makaka-*compete* ba ito sa mga babasahin ngayon na para bang ang tanging layon ay gutay-gutayin ang pandama ng mga tao?

Sa gitna ng nobela, saka ko napagtanto na ang lahat ay teknik pala ng manunulat. Iyon ang kanyang *secret* at *super power*. Ang ordinaryo. Mahusay na ipinakita ni Lasar na isang uri din ng pagtitimpi ang pagiging ordinaryo.

Dahil dito, naging kayanig-yanig ang mensahe ng *Toto O.* pagsalpok nito sa mukha ng tulad kong mambabasang Filipino."

- Bebang Siy

Ito na nga, Totoo na (yata)

Introduksyon ni Eros Atalia

Totoo. Talagang maraming *version* ang totoo. Kaya't nang malaman kong may tulad ni Charmaine Lasar na kumabog nang bonggang bongga sa Palanca (kiber lang sa pagtaas ng kilay ang ilang tanod ng panitikan), pinatunayan lamang nito ang suspetsa ko na lagi't laging may hahamon sa mga nakagisnan, nakasanayan, nakamihasnang talatakdaan sa pagsusulat (hala, tunog kritiko yata 'yun).

Hindi galing si Lasar sa mga kilalang *national workshops*, higanteng samahang pampanitikan (ayokong sabihing kulto na nagsusulong ng *kamilogy* [kami lang ang magaling, kami ang tama, kami ang dapat pag-aralan]) o kumuha ng kurso tungkol sa pagsusulat. Pero gaya ng maraming kabataang ang pangarap lang ay makapagkwento na galing sa puso at hubad sa anumang pretensyon, nagtangka si Lasar na makapaghain at makapagpatikim ng putaheng wala sa *cookbook* ng akademikong pampanitikang panulat (uy, teka, nagtutunog akademiko na rin yata ako).

Nilapitan ako ni Charmaine sa *awards night* ng Palanca, at nagsabing, "Sir, natatandaan nyo po ako?" Sabi ko, "May utang ba ako sa iyo?" Natawa sya. Sabi nya, nu'ng nag-*talk* daw ako sa *school* nila, nagtanong sya kung paano maging manunulat, sabi ko raw, magbasa, karerin ang pagbabasa. At iyon daw ang ginawa nya.

At ito na nga. Totoo na. May nobela na sya. At *winner* pa.

Totoo, ang kanyang pangunahing tauhan na si Toto, tipikil at anti-tipikal na kabataan, may mga mundong sabay-sabay na hinaharap (pamilya, kaibigan, eskwelahan, pamayanan at personal), patuloy na nag-e-*evolve* mula sa pagiging Hari ng

Sablay hanggang sa di umano'y maging Hari ng Makata, mula sa usaping pisikal hanggang maging *cerebral*, mula personal patungong komyunal at balik sa personal.

Bibiguin ni Charmaine ang maghahanap ng mga dambuhalang naratibo, tunggalian at ideohikal na diskurso kasi hindi naman ito ang pakay ng nobela. Maliliit na kwento ng maliliit na tao ng maliit na sirkulo at maliliit na diskurso na may maliliit na pagtingin at pagdanas sa konsepto ng totoo. Pero pag pinagsama-sama at pinagtahi-tahi ang maliliit na sirkulo ng totoong ito, susurpresahin tayo ng bisa ng mga monumental na pagtingin sa pangmalas sa buhay at pagkukwento. Totoo. Pramis.

TOTO O.

Charmaine Lasar

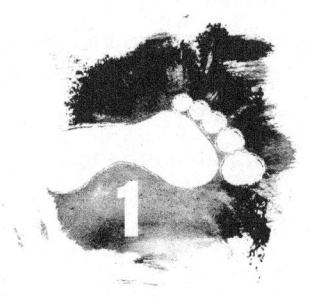

"TOTOO po bang bibigyan ako ni Santa Claus ng regalo sa Pasko?" natatawang tanong ni Toto sa Lola Sida niyang abala sa pag-aayos ng panindang isda.

Sinaway siya nito at sinenyasang lumayo dahil hindi ito makagalaw nang maayos sa maliit na puwestong kinatatayuan nila pero hindi nagpatinag si Toto. Ngumiti siya at lalo pang nagsumiksik, naglalambing sa mahal niyang lola.

Tindera ng isda sa palengke ang matanda. Hanga siya rito dahil kahit may katandaan na ito sa edad na animnapu't walo, malakas pa rin ito at nagagawa pang maghanap-buhay para sa kanilang dalawa. Halos dalawang taon na rin ang lumipas mula nang mamatay ang kaniyang lolo. Ang mga tiyahin at tiyuhin naman niya ay may kani-kaniya nang pamilya. Ang nanay at tatay niya? Ayaw niyang pag-usapan.

Nang mapansing walang balak sumagot ang lola niya'y mas lumapit pa siya rito at muling nagtanong, halatang pursigido.

"Lola, totoo po ba?"

Nagpunas ito ng kamay sa suot nitong itim na *apron* saka bumaling sa kaniya. Umiiling ito at halatang nakukulitan na ngunit dahil sanay na siya ritong paminsan ay talagang aburido ay nagawa pa niyang ngumisi.

"Apo, aba'y sampung taon ka na—"

"Lola, *thirteen* na po ako, lagi na lang *ten* ang sinasabi n'yo," pagputol niya rito habang itinataas ang dalawang kilay at ipinakikita ang braso niyang payat. "May *muscle* na po ako."

Pabiro naman siyang hinampas nito sa kamay. "Tamo itong batang 'to, puro kalokohan. Paano'y mukha kang *ten years old*. Kapayat mong bata ka, kumain ka nga nang marami!"

Sumimangot siya.

"Do'n ka na nga't nanggugulo ka lang dito. *Thirteen* na tapos nagtatanong pa tungkol kay Santa Claus?" dagdag ng lola niya.

Wala na siyang nagawa pa nang maingat siyang itulak nito palabas sa puwesto nila. Napakamot na lang siya sa ulo saka nagdesisyong tigilan na ang pangungulit dito at umalis na lang. Nagpaalam na siya sa matanda, tumango naman ito.

Sumisipol-sipol siyang naglakad palabas ng palengke. Nanlaki ang mga mata niya nang masagi ng kaniyang nagmamadaling mga paa ang isang timbang hipon sa harap niya. Muntik na siyang mabuwal; mabuti na lang at naibalanse niya ang kaniyang katawan. Ang timba ng hipon naman ay muntik-muntikan na ring matumba. Hindi niya agad nakita ang timba dahil abala ang mga mata niya sa pagsulyap sa kung saan-saan.

Agad nagmura ang babaeng may-ari ng mga hipon at pinuntahan ang paninda nito. Pagkatapos masigurong maayos pa ang mga inilalako ay binalingan siya nito't pinanlakihan ng mata. Hinawakan din siya nito sa braso—mahigpit—pakiramdam niya'y madudurog ang buto niya dahil doon.

Napalunok siya nang makita ang galit na mababanaag sa mga mata ng babae. Kung hindi pa humahangos na pumagitna ang lola niyang mukhang nakita ang buong pangyayari, malamang na hindi siya bibitiwan ng babae. Baka hindi lang mapula at masakit na marka sa braso ang nakuha niya mula sa nanggagalaiting dalaga sa kaniyang harapan.

"Pasensya na't hindi lang naman nakita ng bata," pagpapakumbaba ni Lola Sida.

"Bulag ba iyang apo mo, Manang?! O hari ng kalsada? Sa susunod, mag-ingat naman! Mahal pa talaga ang napiling puntiryahin!" nanggagalaiting tugon ng babae.

Napangiwi si Toto sa tinis ng boses nito. Nang lumingon siya sa paligid ay napansin niyang marami nang nakatingin sa kanila at nakikiusyoso. Nakaramdam siya ng hiya at napalunok.

"Pasensya na talaga, *Hija*," muling sabi ng kaniyang lola. Nilapitan siya nito at ipinulupot ang payat niyang braso sa malapad nitong baywang.

Naghawi ng buhok ang babaeng may matinis na boses at umiling. "E, ano pa nga bang magagawa ko? Umalis-alis na nga kayo't umiinit ang dugo ko. Naku! Ang hipon pa talaga!" Tinalikuran sila nito't bumalik sa sariling puwesto. Bitbit nito ang timba at maingat na ipinatong malapit sa iba pa nitong tindang isda.

Wala pa siya sa sarili nang maramdaman niyang hinihigit na pala siya ng kaniyang lola pabalik sa puwesto nila. Nakita niyang ngumiti ang matanda sa isang babaeng may kulot na buhok nang tuluyan na silang makabalik sa sariling puwesto.

"Ineng, salamat sa pagbabantay saglit sa puwestong 'to. Siya, bumalik ka na sa puwesto n'yo. Salamat ulit."

Ngumiti naman ang babaeng may kulot na buhok. "Sige po." Saka ito naglakad palayo.

Pagkaalis ng babae ay hinarap siya ng kaniyang lola at sinipat nito ang braso niyang namumula.

"Masakit?"

Umiling siya. "Hindi po."

"Hindi ba't ayoko nang nagsisinungaling ka? Masakit ba o ano?" muli nitong tanong sa kaniya.

"Konti po."

Dahan-dahan nitong hinaplos ang braso niya. Makalipas ang ilang minuto, tila nasapian ng kung ano ang matanda kaya't ang paghaplos nito sa braso niya'y napalitan ng pagpingot sa kaniyang tainga. Napapitlag at napangiwi siya sa pinaghalong gulat at sakit.

"Aray ko po!"

"Naku, naku, ikaw na bata ka. Ilang minuto ka pa lang na nawawala, nakagawa ka na agad ng gulo."

"Nakaharang po 'yong timba, 'La. Kung mahal niya ang hipon niya, sana itinabi niya sa kaniya, hindi iniharang sa daan. Tama na ang pingot, 'La!" aniya.

"Ikaw talaga! Sa'n mo ba natututunan 'yang mga palusot mo? Ang galing mo talagang sumagot. Paano kung natapon 'yon, e di magbabayad pa tayo?"

Hindi na siya nagsalita. Ilang saglit pa, tumigil na ito sa pagpingot sa kaniya at binalot siya ng yakap. Napangiwi siya. Sa isip-isip niya'y ang gulo ng lola niya. Malambing na naging galit at ngayon, muling naging malambing. Ang gulo.

"Tamis naman ng maglolang 'to," anang tinig mula sa 'di kalayuan.

Kumalas sa pagkakayap ang matanda at sabay silang bumaling sa nagsalita. Bumungad sa kaniya ang nakangiting si Manong Dino, tindero rin ito ng isda at nakapuwesto malapit lang sa kanila. Kapitbahay rin nila ito at bagama't may asawa na'y wala namang anak kaya siguro malapit ito sa kaniya dahil anak na ang turing nito sa kaniya. Mahilig din itong m agbiro kaya kasundo niya ito. Binibigyan din siya nito ng pera paminsan-minsan.

"Manong Dino!" bati niya rito saka ginawa ang kakaiba nilang batian na parang nag-eehersisyo lang ng kamay. Kinumusta siya nito at ang tanging sagot niya, "Pogi pa rin po."

Tinawanan lang siya nito. Umupo siya sa isang mahabang kawayang nakausli malapit sa kinaroroonan niya.

Bumalik na sa puwesto ang lola niya matapos ngitian si Manong Dino. May nagtatanong-tanong na kasi ng presyo ng mga isda. Sa bandang dulo ang puwesto nila at mula noong ipasara ang daan sa likod, hindi na sila gaanong napupuntahan ng ibang mamimili.

"Hindi ko na nga gaanong inagahan ang punta't mahina naman ang benta. Tingnan mo't wala na masyadong kustomer na nakakarating sa 'tin. Kundangan ba naman kasing isarado pa ang daan sa likod. Sana'y pinakinggan naman ang petisyon ng mga tindero sa puwesto natin," biglang sabi ni Manong Dino bago nagsimulang ayusin ang mga isdang dala nito.

"Aba, sinabi mo pa, Manong! Lagpas pitong buwan na nang may nagsaksakan malapit d'yan sa daanan sa likod, hanggang ngayon hindi pa binubuksan 'yan? Ano bang gusto nila? Magkandalugi tayo? Sana naman, maayos na 'yan, ano na bang nangyari ro'n sa humingi ng tulong sa *media*?" sabat naman ng isa pang tindera sa tabi.

Nagbigayan na ng mga opinyon ang mga ito at halos hindi na niya maintindihan kung ano ba talaga ang problema. Pati kasi gobyerno, mga pulitiko, *hacienda* ng kung sino-sino, pagkamatay ng mga sundalo at pagpugot sa ulo ng isang Pilipino na nahulihang may droga sa maleta ay napag-usapan na ng mga ito.

Humahanga talaga siya sa takbo ng utak ng matatanda— komplikado at parang maraming nalalaman. Madalas nga niyang sinusubukang mag-isip nang malalim katulad ng mga ito. 'Yon nga lang, tawa ang madalas isukli ng mga kaibigan niya sa tuwing nagpipilit siyang magbigay ng opinyon sa mga nangyayari sa bansa.

"Sa tingin mo ba, e, may pag-asa pa ang Pinas?" minsan niyang itinanong kay Teroy, isa sa mga kaibigan niya.

Inosenteng tanong para sa kaniya pero imbes na sagutin, halakhak ang natanggap niya. "Gutom lang 'yan, Boy!" sagot nito.

Nailing na lang siya sa tagpong iyon at muling nilingon ang buong palengke. Bahagi lang pala ng kabuohan palengke dahil ang kinaroroonan nila ay ang tinatawag na *wet market.* May *dry market* pa sa labas.

Sa *wet market* itinitinda ang mga sariwa, hindi gaanong sariwa at minsa'y double-dead o bilasang isda, manok, baboy, baka at kung ano-ano pa. Maingay, tulad ng isang ordinaryong palengke. Maraming nagtatawaran. Ang iba ay nagbibigay ng murang presyo para makaengganyo ng mga kustomer. Ang tawag niya sa gawaing iyon: *mga tindera't tinderong nagmumurahan,* pero sa isip niya lang 'yon dahil nang minsang isinawika niya iyon ay napingot siya ng kaniyang lola.

Natigil ang pagmamasid niya sa paligid nang mabaling ang atensiyon niya sa isang batang nakahawak sa kaliwang kamay ng tatay nito habang abala sa pamimili ang nanay. Panay ang ngiti at tawa ng bata habang ang tatay, panay naman ang salita.

Napayuko siya at napatingin sa daliri. Nararamdaman na naman niya ang madalas niyang maramdaman kapag nakakikita ng isang buo at masayang pamilya. Parang may bumabarang kung ano sa lalamunan niya. Kinusot niya ang mga mata niya at napapitlag nang may humawak sa balikat niya.

"To, ba't tulala ka riyan?" tanong ni Manong Dino.

Pinilit niyang ngumisi at umiling. "Wala po, may naalala lang. Pogi ko talaga, 'no, Manong?" tanong niya saka nagtaas ng dalawang kilay.

"Maligo ka muna't bumalik ka rito pagkatapos. Baka sakaling maging pogi ka 'pag naghilod ka na," natatawang biro nito.

Ngumiwi siya dahilan para mas matawa ang matanda. Naiiling na bumalik na ito sa puwesto at nakisabay sa marami pang mga tinderong nagtatawag ng mamimili.

"Suki, dito na kayo! Sariwang-sariwa!" anito habang walang humpay na ngumingiti sa kung kani-kanino.

Bumuntong-hininga siya, naiinip. Hindi niya rin alam kung bakit nga ba nasa palengke pa siya; dapat nakaalis na siya kanina pa kung hindi lang humarang iyong isang timbang hipon sa daan niya.

Nang muli niyang iikot ang paningin, isang bata na naman ang kaniyang nakita. At isang bagay na hawak nito ang umagaw sa atensiyon niya—bola!

"Patay! May usapan nga kami ni Teroy na maglalaro kami! Baka kasama pa sina Koko at Sim," naibulalas na lang niya.

Dali-dali siyang lumapit sa lola niyang abala sa pagkakaliskis ng isda at nagpaalam. Kumunot ang noo nito. "Naku, baka mamaya, kung ano na naman ang gawin mong bata ka. Pumirmi ka na lang kaya rito o tulungan mo 'ko."

Nagkamot siya ng batok. "Lola, sige na. Maglalaro kami nina Teroy sa aplaya."

Dahan-dahan itong huminga nang malalim at pumayag kahit parang napipilitan. Binilinan na siya nito ng kung ano-ano at wala sa sariling tumango-tango na lang siya.

"Naiintindihan mo, 'To?" paninigurado ng matanda.

Muli siyang tumango. "Magbabait pa ako."

"Siya, sige. Basta bumalik ka bago magtanghalian, ha? Naku, mag-ingat! Takaw disgrasya ka pa namang bata ka."

"Opo."

Nang may lumapit na isa pang mamimili ay nagkaro'n siya ng pagkakataong matakasan ang marami pang pahabol na bilin ng kaniyang lola. Naglakad na siya palayo at kulang na lang, tumakbo siya. Naisip niyang baka nagsimula nang maglaro sina Teroy kahit wala siya, o baka tinamad na dahil huli na siya sa usapan nilang maagang maglalaro.

Habang papalayo, naalala niyang hindi pala sinagot ng kaniyang lola ang tanong niya tungkol kay Santa Claus. Sa totoo lang ay hindi naman talaga siya naniniwala rito. Sa labintatlong taon niyang nabubuhay sa mundo, ni minsan ay hindi naman siya nakakuha ng regalo mula sa matabang lalaking nakapula at tumatawa ng 'hohoho.' Alam niyang ang mga regalong ikinukuwento ng ibang mga bata ay hindi galing kay Santa kundi sa mga magulang din ng mga ito.

Pero bakit nga ba siya nagtanong sa lola niya kung alam na pala niya ang sagot? Simple lang, gusto kasi niyang malaman kung bakit kahit kailan, walang nagbigay ng regalo sa kaniya tuwing Pasko. Bakit kahit kailan ay walang nagpanggap na Santa Claus para sa kaniya? *Bakit?*

Muli siyang naglakad at iwinala ang ideyang pumapasok sa kaniyang utak. Napakamot siya sa ulo nang muling marinig ang boses ng lola niyang tumatawag sa pangalan niya.

Bumaling siya rito. "Bakit po?"

Kumaway ito mula sa malayo saka muling sumigaw, "Mag-ingat, Apo!"

Sumilay ang isang ngiti sa labi niya, gayon din sa kaniyang lola. Sa isip niya, hindi na baleng walang Santa, basta may Lola Sida.

"TOTO, nandito kami!"

Nilingon ni Toto ang tumawag sa kaniya at natanaw niya sa tabi ng dagat ang kumakaway na si Teroy. Ngumiti siya at sabik na tumakbo palapit dito. Lalong lumaki ang ngiti niya nang mapansing hindi ito nag-iisa, kasama na nito sina Koko at Sim.

Malapit na siya sa kinaroroonan ng mga ito nang walang ano-ano'y napatid siya ng isang bato at napadapa sa buhanginan. Umalingawngaw ang tawanan ng kaniyang mga kaibigan. Puno ng buhangin ang kaniyang maitim na balat at halos pati katawan niya ay nagkaroon na rin; pumasok ang buhangin sa loob ng kaniyang damit. Tumayo siya at nagpagpag. Masuwerte namang hindi siya gaanong nasaktan o nasugatan.

"Sino ang *Hari ng Sablay?*" sigaw ni Teroy mula sa hindi kalayuan.

"Si Totong Tutong!" sabay na sagot nina Koko at Sim saka naghalakhakan.

Natawa na lang siya sa mga ito. Sanay na sanay na siya sa kalokohan ng mga kaibigan. Isa pa, hindi uso sa kanila ang pikon. Sa huhusay mang-asar ng bawat isa sa kanila, kung palagi siyang mapipikon, mawawalan siya ng kaibigan.

Napakamot siya ng ulo at ambang lalakad na nang bigla niyang maramdamang kumalas mula sa kaniyang kaliwang paa ang suot na tsinelas.

"Hala ka, nasira," bulong niya sa sarili. "Patay ako kay Lola, kabibili lang nito."

Sa nangyayari sa kaniya'y parang gusto na niyang maniwalang siya nga ang *Hari ng Sablay*. Pinilit niyang ayusin ang sirang tsinelas ngunit dahil natanggal na ang maliit na bilog sa ilalim ng tsinelas ay hirap na hirap siya. Abala siya sa pagbutingting doon at kung hindi pa nagsalita ang mga kaibigan ay hindi niya mamamalayang nakalapit na pala ang mga ito sa kaniya.

"Ano, nasira? Ayusin ko," boluntaryo ng payat na si Koko habang nakangisi.

Umamba itong kukunin ang tsinelas mula sa kaniya pero pinigilan ito ni Sim.

"Lokohin mo lelang mo, Koko! *Shorts* mo ngang butas 'di mo matahi, mag-aayos ka pa ng tsinelas?" panunukso nito.

"Kita mong pambabae ang pananahi! Ba't ako mananahi?"

"Kaya isusuot mo na lang kahit butas? Matindi ka, Boy! Yaman-yaman, nagsusuot ng butas. Saka kahit lalaki naman puwedeng manahi," panggagatong ni Teroy saka nagtawanan ang tatlo.

Hindi niya pinansin ang kantiyawan ng mga kaibigan. Gusto lang niya sa ngayon na maiayos ang sira niyang tsinelas dahil siguradong hindi pa siya makakabili ng bago.

Sapat lang ang kita ng lola niya sa pagtitinda ng isda para sa pagkain nila. Nagbabayad pa ito ng renta sa puwesto nila sa palengke. Pati ang ipinuhunan para doon, inutang lang din nito at hinuhulugan pa rin hanggang ngayon. Hindi naman lihim sa kaniya ang hirap ng buhay nilang maglola. Alam niya. Alam na alam. Kaya nga nagtitipid siya hangga't maaari.

"Mga boy, marunong kayong mag-ayos ng tsinelas?" tanong niya nang mapagtantong hindi talaga niya kayang ayusin iyon kahit ano'ng gawin niya. Sa pagkakaalam niya ay madali lang 'yon, hindi lang niya alam kung paano.

"Marunong nga ako! Walang tiwala," naiiling na sabi ni Koko.

"Sige, gawin mo. Ngayon na dapat, Ko. Pupunta pa 'kong palengke mamayang tanghalian, doon ako kakain," aniya.

"Alas-nuwebe pa lang, kaya pa 'yan. Tara sa bahay, kailangan ng kawad dito," seryosong sabi ni Koko habang tinitingnan ang tsinelas.

"Hindi na tayo maglalaro?"

Ibinaling ni Toto ang tingin sa nagsalitang si Teroy at noon niya lang napansin ang hawak nitong bola.

"Mamaya na lang. Kawawa naman 'tong si *Hari ng Sablay*, baka mapagalitan."

Sumang-ayon naman ang lahat sa sinabi ni Koko kaya ilang saglit lang ay naglalakad na sila papunta sa bahay nito. Hawak pa rin ni Toto ang sirang tsinelas sa kaliwang kamay, hindi iniinda ang napapasong paa mula sa init ng kalsada.

Limang minuto na rin silang naglalakad nang biglang huminto si Sim at bumaling sa kaniya.

"Teka, Toto, sigurado ba kayong kina Koko tayo pupunta? Ang layo kaya!" anito saka sinipa ang isang bato.

"Gusto mo, sa inyo na lang?" tanong naman ni Koko.

Umiling si Sim. "Asa! Hindi puwede, nag-aaral si Ate Cassy, final exam no'n. 'Lam n'yo namang nagiging halimaw 'yon 'pag may umiistorbo sa pagre-*review* n'ya. Saka maririndi lang tayo sa kaka-*you know* no'n," anito patungkol sa ate nitong kolehiyala na ang paboritong parirala yata ang *you know* dahil hindi mawawala ang dalawang salitang 'yon sa halos lahat ng pangungusap nito.

"E, 'yon naman pala, kaya 'wag ka nang magreklamo, Boy. Sa inyo, Teroy, puwede ba tayo?" muling tanong ni Koko. Ngumuso si Teroy bago dahan-dahang umiling. "*Dehins* din. Naglalaba si Nanay, baka ako ang masabon no'n 'pag nagkalat tayo."

"Sa inyo, 'To? Tsinelas mo naman 'to, e! Sa inyo na lang para malapit-lapit," pumapalatak na sabi ni Sim saka bumaling sa kaniya. Mukhang ayaw talaga nitong maglakad nang malayo.

"Hindi puwede sa 'min, do'n na lang kasi kina Koko, lalakad lang naman nang konti," sagot niya.

"Konti nga. Konti, ang galing," bubulong-bulong na sabi ni Sim.

Natawa na lang siya sa asta ng kaibigan. May kalayuan naman talaga ang bahay nina Koko. Sa kanilang apat kasi, ito lang ang hindi taga-Barangay Marikit. Sa Barangay Maligaya ito nakatira. Labindalawang barangay ang nasasakupan ng bayan nila sa San Agustin. Labindalawang barangay na bagama't magkakalapit, mahirap pa ring puntahan dahil mabato ang daan at masukal pa kung minsan.

Hindi gano'n kasibilisado ang bayan nila. Papagak-pagak ang kuryente nila roon at rotation pa. Mula alas-otso ng umaga hanggang alas-otso lang ng gabi normal ang *supply* ng kuryente pero dahil rotation, hindi palaging gano'n. Minsan, mula alas-siyete ng umaga hanggang alas-sais ng gabi lang, o minsan, putol-putol talaga ang *supply* ng kuryente. Walang makapagsabi kung anong oras talaga.

Nasanay na rin sila sa gano'ng pamumuhay. Bihira ring manood ng telebisyon ang mga tao dahil maiirita lang sila kapag sumubaybay sila sa isang telenobela at paglipas ng ilang araw, maiiba ang oras nang pagkakaroon ng kuryente.

Ilang beses nang nagpetisyon ang mga tao sa kanilang Mayor. Palaging sinasabi ni Mayor na ang kakarampot na badyet na inilalaan sa bayan nila'y mas mahalagang mailaan sa pagpapagawa ng mga eskuwelahan kaysa sa kuryente. Kung tatanungin naman kung nasa'n ang eskuwelahan, wala, pinag-iisipan pa raw kung paano itatayo. Gusto niyang humirit na ihiga na lang ang eskuwelahan at 'wag nang itayo, baka sakaling umusad ang plano.

Madalas maisip ni Toto na sana, hindi siya sa Barangay Marikit sa San Agustin ipinanganak. Sana sa Maynila na lang dahil palagi niyang naririnig na maganda raw sa Maynila. Maraming puwedeng puntahan, maayos at sementado ang mga kalsada, at palaging may kuryente. Madalas din niyang pangaraping makaalis sa San Agustin at tumira sa isang bayan kung saan walang limitasyon ang mga bagay-bagay.

Pero kung may itinuro man sa kaniya ang mahal niyang lola bukod sa maging matapat at palaging magsabi ng totoo, 'yon ay matutong makuntento. Kaya madalas din siyang kontrahin ng Lola Sida niya sa kaniyang munting pangarap at sabihing, "Kung sa Maynila lang din naman 'wag na, mainit do'n kahit bumabagyo, palagi pang mabigat ang daloy ng trapiko. Saka mabuti nang dito tayo, araw-araw kang makakikita ng dagat."

Ang buong bayan kasi nila'y napalilibutan ng dagat. Kaya halos lahat sa lugar nila, pangingisda ang pinagkakakitaan. Hindi madalas puntahan ng turista ang lugar nila. Sino ba namang turista ang matutuwa sa mabatong kalsada at kuryenteng pumapalya? Lalo na't higit na sibilisado ang katabi nilang probinsiya at naipakikita pa sa telebisyon dahil sa magaganda nitong *beach resort*.

"Mga boy, nasabi n'yo na ba sa mga nanay n'yo na makikita na ang *card* sa Lunes?" pagbasag ni Teroy sa katahimikan.

"Bakit titingnan pa? Bakasyon na, a! 'Wag nang ipakita 'yong *grade*," nakangiwing sagot ni Koko habang nagkakamot ng ulo.

"Bakasyon na nga, pero kailangan ang *card* para sa susunod na pasukan. Sabi ni Ma'am titingnan daw ng mga magulang ng mga *honor* sa Lunes, e 'di patingnan din natin sa magulang natin," litanya ni Teroy.

"Ikaw na lang, Teroy! Mataas yata *grades* mo, e. Baka hambalusin ako ni Nanay 'pag nakita ang *grades* ko. Ikukumpara na naman ako kay Ate Cassy," ani Sim.

"Sige, Boy. Basta sinabihan ko kayo."

Pagkatapos mag-usap tungkol sa *card* at *grades* ay naglakad na muli sila. Tahimik pa rin si Toto at napapaisip tungkol sa walang kamatayang grado kahit iba na ang usapan ng kaniyang mga kaibigan. Hindi niya alam kung ano ang mararamdaman niya. Matatakot ba siya, maiiyak o wala lang? Hindi niya alam.

Hindi siya matalino, alam niya iyon. Hindi siya 'yong tipo ng batang kayang mag-*solve* ng *Math problems* kahit nakapikit o kayang magsaulo ng isang *declamation piece* habang kumakain ng ispageti. Hindi siya katulad ni Teroy na pumapasa kahit hindi nag-aaral. O tulad ni Koko na kahit hindi matalino, gustong-gusto naman ng mga guro dahil taon-taong nagbibigay ng *electric fan* sa eskuwela.

Siya, mag-aral man o hindi, bagsak talaga. At wala rin siyang maibibigay na kahit ano sa eskuwelahan kundi sakit ng ulo dahil sa bagsak niyang marka. Ang ipinagpapasalamat na lang niya ay hindi siya tulad ni Sim na ikinukumpara kung kani-kanino. Matalino kasi ang ate ni Sim at noon pa ma'y usap-usapan na sa buong barangay na ampon daw si Sim dahil hindi raw 'to katulad ng ate nito. Kung paanong kumalat ang tsismis na 'yon sa buong barangay? Walang makapagsabi. Gano'n siguro talaga 'pag madalas walang kuryente, imbes na telenobela sa telebisyon ang pagtsismisan, buhay ng ibang tao na lang.

Bumuntong-hininga siya at nagpatuloy sa paglalakad. Ngayo'y ramdam na niya ang init ng kalsada at humahapdi na ang kaniyang paa. Itinaas niya ang paang mahapdi at umakbay kay Koko para maalalayan siyang maglakad habang nakaangat sa lupa ang isang paa.

"Ano, masakit? Loko ka, e. Kung pumayag kang sa inyo na lang tayo pumunta, e 'di sana nakaupo na tayo ngayon, hindi puro lakad," reklamo ni Sim. Pumalatak pa ito at ngumiwi.

"Aba, e 'di napagalitan ako ni Lola. Bawal magkalat sa bahay," sagot niya. "Kina Koko may magliligpit, may katulong sila. Dapat pala nagpasundo tayo sa kotse n'yo, Ko!"

"Hindi puwede, gamit ni Daddy 'yong kotse," agarang sagot nito.

Mayaman ang pamilya ni Koko—tinitingala ng mga taga-San Agustin dahil mahusay na negosyante ang ama nito at ang ina naman, bagama't simpleng maybahay ngayon ay dating *beauty queen.* Kung halos lahat sa lugar nila ay nagtitiis sa pumapalyang kuryente, iba ang pamilya ni Koko dahil may *generator* ang mga ito. Instant kuryente anumang oras.

"Pa-*Facebook* mamaya, Koko, 'di ba may *wee-pee* kayo?" ani Toto nang maalalang gumawa nga pala siya ng *Facebook* account kalahating taon na ang nakalipas. Ni hindi na niya nabuksan ulit iyon pagkatapos.

Tumawa naman si Teroy at siniko siya. "Boy, *Wi-Fi* 'yon! *Way-fay.*"

Humagalpak ng tawa si Sim at umiling-iling pa ito.

Napakamot naman siya sa ulo. "Pareho lang 'yon! Basta pa-*Facebook*!" katwiran niya.

Nagpatuloy sa pang-aasar ang mga ito kaya nailing na lang siya.

Ilang kilometrong lakad pa ang ginawa nila bago tuluyang makarating sa bahay nina Koko. Tumagaktak ang pawis ng magkakaibigan, nag-uunahang humingi ng tubig at tumapat sa malaking *electric fan* sa sala. Maganda ang bahay nina Koko—maayos, malinis at mabango na parang araw-araw inii-*spray*-an ng kung ano-ano. Sakto lang ang laki, hindi parang mansyon, pero hindi rin naman ordinaryong bahay lang. *Above average* kumbaga.

Naghubad si Toto ng sando at ipinamunas iyon sa sarili. Hindi na kasi niya matagalan ang pagpapawis niya. Nang makita iyon nina Sim at Teroy ay nagsigayahan na ang mga ito. Kani-

kaniyang hubad, kani-kaniyang gawa ng paraan upang lumamig ang pakiramdam.

Nagpaalam si Koko na magpapalit ng damit sa kuwarto nito, ngunit bago tuluyang umalis ay nagbilin muna ito sa dalawang kasambahay na asikasuhin ang mga kaibigan.

"Wow, *ice cream!*" ani Sim nang makita ang bitbit na mga tasa ng *ice cream* ng isang kasambahay.

Ngumisi rin si Toto habang abalang-abala pa rin sa pagpapaypay si Teroy kahit na nakatutok naman dito ang *electric fan.*

"Kain muna kayo." Ngumiti ang kasambahay. Inilapag sa *center table* ang dala nitong mga tasa bago umalis.

Mabilis na kumilos si Sim. Kinuha ang isang tasa at sunod-sunod sa pagsubo, parang mauubusan.

"Ayun, 'yong kaninang ayaw pumunta rito kasi malayo, siyang nangunguna sa pagkain," natatawang sabi ni Teroy.

"Boy, ang sarap! Dalas-dalasan natin ang pagdalaw dito. Kahit malayo, sige payag na 'ko."

Natawa na lang si Toto bago kumuha rin ng tasa. Sumubo siya at napapikit pa sa sarap ng *chocolate ice cream* na natikman niya.

Ang suwerte naman ni Koko, bakit ba hindi ako ipinanganak na mayaman? sa isip-isip niya.

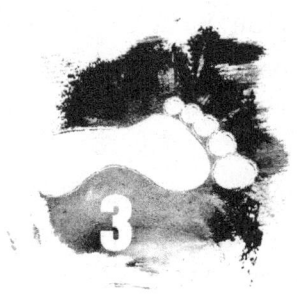

NAKABIBINGI ang katahimikang bumabalot sa paligid. Yumuko si Toto at itinuon ang atensiyon sa sahig. Hindi niya maintindihan ang mga nangyayari. Kanina lang, masaya siya. Naayos ang sirang tsinelas niya at pinabaunan pa siya ni Koko ng isa pang tsinelas.

Kumain din sila ng masarap na tanghalian kina Koko. Hindi na nakabalik si Toto sa palengke para mananghalian dahil pasado alas-dose na nang matapos ang pag-aayos sa tsinelas niya. Sinigang na baboy at pritong talakitok ang kinain nila. May *bonus* pang halayang ube na panghimagas. Pagkatapos, nagbukas pa sila ng kani-kaniyang *Facebook account*. Tuwang-tuwa siya dahil marami na palang nag-*add* sa kaniya. Nanginginig na in-*accept* niya ang mga *friend request* at nakipag-*chat* pa sa isang kaklase.

Mag-aalas-tres na ng hapon nang magkayayaan silang umuwi. Dumiretso si Toto sa palengke. Hinanda na niya ang paliwanag niya dahil siguradong tatanungin siya ng kaniyang Lola Sida kung saan siya kumain.

Laking pagtataka niya nang makarating sa kaniyang destinasyon. Isang lubid ang humarang sa kaniya bago tuluyang marating ang puwesto sa likurang bahagi ng palengke. Walang tindera ang makikita roon, walang mga paninda, ni walang ilaw. Naagaw ang atensiyon niya ng isang karatulang may nagsusumigaw na pinturang kulay puti: *Temporarily Closed.*

Kumunot ang noo niya. Alam niya ang ibig sabihin ng *closed*, ngunit lito siya sa kahulugan ng *temporarily.*

Closed, sarado.

Sarado na ang mga puwesto sa likuran? Pero bakit? Paano?

Lumapit siya sa isang tindera mula sa puwestong hindi ipinasara at nagtanong, "Ate, bakit po may harang? Ano pong nangyari?"

Nagpunas ito ng kamay sa suot na *apron* bago nagsalita, "Tutoy, anak ka ng isang tindera, ano? Ipinasara muna ni Mayor 'yang bahaging 'yan, kakausapin daw ang mga nagpetisyon para buksan ang daan sa likod. Tanong mo na lang sa nanay mo ang detalye."

Kumunot ang noo niya, ni hindi na siya nag-abalang itama ang tindera at sabihing hindi niya nanay ang kaniyang Lola Sida. Nagpasalamat na lang siya at tuluyan nang tumakbo pauwi.

At heto na nga siya, nakayuko nang magsimulang magkuwento ang lola niya sa mga nangyari. Nagtataka siya nang sabihin ng matanda ang lahat. Kadalasan kasi, sinosolo lang nito ang mga problema. Sanay na siyang bulag sa mga nangyayari sa paligid. Ayaw siyang idamay ng kaniyang lola; siguro'y dahil bata pa siya o siguro'y dahil sa tingin nito, wala naman siyang maitutulong kahit pa malaman niya. O maaaring pareho.

Pero ngayon, ikinukuwento nito ang lahat. Kung paanong napag-initan ng Mayor ang mga tindera sa likurang bahagi ng palengke dahil may isang tinderang dumulog sa isang programa sa telebisyon para isumbong ang diumanong mabagal na aksiyon ng kanilang Mayor.

Inireklamo ang hindi pagbubukas ng daan sa likurang bahagi ng palengke dahilan kung bakit nalulugi na ang mga tindera. Lagpas pitong buwan na mula nang isara ang daan na iyon dahil may nag-away at nagsaksakang mga lalaki. Ngunit natapos ang kaso, nahuli na ang mga suspek at naging maayos na ang lahat, hindi pa rin binuksan ang daanang iyon. Nakailang petisyon na ang mga tindera't tinderong apektado pero wala pa rin. May hinala ang mga tinderang may pumipigil sa Mayor na pabuksan ang daanan. Usap-usapang may nagbabayad na mga malaking tindahan mula sa unahang puwesto para hindi na pabuksan pang muli ang daan sa likod. Sa gayon, lahat ng kustomer ay sa harap na magdaraan, mas konti ang kompetisyon.

"Bakit ipinasara 'yong mga puwesto sa likod, 'La? Akala ko may nagsumbong sa TV, e 'di dapat binuksan ang daan sa likod kasi nga may nagsumbong? Bakit mas napasama pa kayo?" hindi niya mapigilang itanong.

"Dahil napahiya si Mayor. Tinawagan siya ng programa, napanood ng lahat. Siyempre't sinabi ni Mayor na gagawa siya ng aksyon. Sinabi niya ang mga salitang gustong marinig ng mga manonood. Pinalabas na ipasasara muna ang mga puwesto ng mga apektado at kakausapin muna ang mga tindera. Bibigyan naman daw ng tulong pinansiyal habang nagaganap ang pag-uusap kaya walang problema," mahinang sagot ng matanda.

"Pero... hindi po 'yon totoo?"

Tumango ito. "Apo, baka hindi na pabuksan ulit ang puwesto sa likod. O kung pabuksan man, siguradong parerentahan na ito sa iba, hindi sa amin. Galit na galit ang Mayor sa pagkapahiya niya. Hindi niya iyon palalampasin."

"Lola, hanap na lang tayo ng ibang puwesto? Sa unahan, o sa kahit saan. O kaya isumbong ulit si Mayor doon sa TV."

Bumuntong-hininga ang matanda. "Toto, tandaan mo, may dalawang uri ng taong mahirap kalabanin—ang makapangyarihan at ang mapera. Sa kasamaang palad, parehong makapangyarihan at mapera si Mayor. Sinubukan naming gumawa ng paraan, pero napatunayan lang naming hindi palaging nananalo ang tama at matuwid."

Tumango na lang si Toto sa kawalan ng sasabihin. Hindi niya alam kung ano ang mga tamang salitang dapat niyang bitiwan. Gulong-gulo ang utak niya, ni hindi niya alam kung bakit dapat nilang danasing maglola ang ganito. Mahirap na nga sila, lalo pa silang ibinabaon at inilulugmok sa hirap. Wala na ba silang pag-asang makaahon?

Nang humikbi ang lola niya'y mabilis niyang ibinaling ang atensiyon dito. Nakasubsob ang mukha nito sa sariling palad at tumatangis na parang awang-awa sa sarili. Mahirap para sa kaniyang makita ang lola niya sa ganoong kalagayan. Gusto niya itong lapitan at sabihing magiging maayos din ang lahat pero natatakot siya. Natatakot siyang baka sa huli, hindi na talaga maayos ang lahat.

Tumahimik na lang siya at muling yumuko. Ilang sandali pa'y huminto rin sa pag-iyak ang matanda. Tumayo ito na parang walang nangyari at nagtanong kung saan siya galing at kung kumain na ba siya.

Simpleng *opo* na lang ang isinagot niya. Hindi na rin naman ito nangulit pa kaya hindi na niya kinailangan pang ikuwento ang ginawa niya maghapon. Dahan-dahan itong tumayo at umalis patungo sa kung saan. Bitbit nito ang isang lumang *cellphone* at simangot sa mukha.

Mabigat naman ang pakiramdam ni Toto. Alam niyang mas magiging mahirap ang buhay nila ngayon. Bigla tuloy siyang nakadama ng inggit sa mga kaedad niyang walang ibang pinoproblema kundi anong oras maglalaro at kung ano ang lalaruin. Sa murang edad, kailangan niyang mag-isip kung paano makatutulong sa lola niya ngayong hindi na ito makapagtitinda pa sa palengke tulad ng dati.

"Kung dito na lang kaya sa bahay magtinda si Lola? Lalagyan na lang ng karatula sa labas na: *Isda for sale*," aniya.

Ngumisi siya sa naisip. Bakit hindi? Marami rin namang gumagawa no'n sa lugar nila. O imbes na isda, iba na lang ang itinda nila? Prutas? Gulay? Damit? Kahit ano, basta kumita lang sila.

Tumayo siya at hinanap ang kaniyang lola. Gusto niya itong kausapin at sabihin dito ang mga naisip niya. Kahit alam niyang walang kuwenta ang mga plano niya, mabuti na 'yon kaysa sa wala.

Una niyang pinuntahan ang kuwarto nilang maglola, pero wala ito roon. Sumilip siya sa labas ng bahay at doon niya nakita ang matanda, kausap nito si Manong Dino at mukhang seryoso ang pinag-uusapan ng dalawa base sa hitsura ng mga ito. Kunot ang noo ni Manong Dino habang ang lola niya ay abala sa pagmamasahe ng sariling sentido.

Dahan-dahang lumapit si Toto sa mga ito ngunit agad niyang naisip na hindi dapat siya nakikialam sa usapan ng matatanda. Akmang babalik na siya sa bahay nang marinig niya ang isang bagay na nagpakabog sa dibdib niya.

"Kinausap ko si Shiela, tinawagan ko kanina," ani Lola Sida.

Nanlamig siya at agad kinabahan. Lumunok siya saka untiunting naglakad pabalik sa bahay nila. Ngunit hindi pa rin tuluyang nakaligtas sa pandinig niya ang sunod na sinabi ng kaniyang lola. Tinapunan niya ng tingin ang dalawa.

"Tinanong ko kung puwede bang kunin muna niya ang anak niya dahil baka wala na 'kong ipakain sa bata. Mahal na mahal ko ang batang 'yan, pero hindi puwedeng isama ko na lang siyang mabaon sa hirap. Maayos naman ang buhay ni Shiela, baka 'ika ko puwedeng kaniya muna. Aayusin ko lang muna lahat, hahanap ako ng mapagkakakitaan." Nabasag ang tinig ni Lola Sida.

"M-matanda na 'ko, Dino. Kung ako lang naman, gusto ko na ring magpahinga. Pero ang apo ko, hindi ko naman 'yan puwedeng pabayaan." Tumingala ito at huminga nang malalim.

Tahimik na tumango naman si Manong Dino. "Naiintindihan ko. Ano'ng sabi ng anak mo? Ano'ng sabi ni Shiela?" tanong nito.

Huminga muli nang malalim ang kaniyang lola bago tuluyang sumagot, "Tumanggi, Dino, tumanggi si Shiela."

Mabilis na pumatak ang mga luha ni Toto sa narinig.

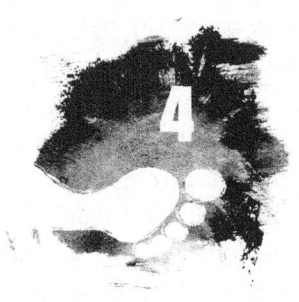

ALAM ni Toto kung gaano siya inaayawan ng sarili niyang ina. Alam niya kung paano siya ipinaubaya sa lola niya gayong maayos naman ang buhay ng kaniyang Mama Shiela. Alam niyang kahit nasa kabilang barangay lang ito nakatira, hindi ito nagpapakita sa kaniya at lalong hindi man lang siya kinukumusta o binibisita. Alam niyang may bago na itong pamilya, may asawa at may isang anak.

Alam rin niyang nabuo siya dahil sa pagkakamali ng kaniyang mga magulang noong nasa kolehiyo pa ang mga ito. Sa Maynila nag-aral ang Mama Shiela niya at doon nito nakilala ang tatay niyang ni minsan, hindi niya nakita o nakausap.

Third year college ang nanay niya nang dalhin siya nito sa sinapupunan. Malaking dagok iyon sa buong pamilya. Bunsong anak ang kaniyang ina at matalino rin. Ito na lang ang anak nina Lola Sida na nag-aaral noon. Ang tatlong anak kasi—isang babae at dalawang lalaki—tapos na sa pag-aaral at may kani-kaniyang pamilya na.

Kaya hindi agad natanggap ng Lola Sida at Lolo Pablo niya ang nangyari sa bunso. Kung paanong ang matalinong anak ay nagpakatanga sa pag-ibig. Kung paanong imbes na pag-aaral ay iba ang inatupag nito. Kalaunan ay natanggap din ng buong pamilya ang nangyari. Hindi pinanagutan ng kaniyang ama at kaniyang ina kaya sino pa ba ang aako sa responsibilad kundi ang sarili nitong pamilya?

Ang alam ni Toto, nang ipanganak siya'y unti-unting bumalik sa dati ang lahat. Bumalik sa pag-aaral ang kaniyang ina at tinapos ang kinukuha nitong *degree* sa *Secondary Education*. Ngunit habang lumalaki't nagkakaisip siya ay napansin niyang malayo sa kaniya ang loob ng sariling nanay. Hindi siya nito sinasamahan sa mga *school program* at hindi rin siya kailanman nito hinahatid o sinundo sa eskuwela—palaging lola at lolo niya ang gumagawa niyon.

Kaya siguro hindi na rin nagulat si Toto nang magpakasal ang Mama Shiela niya noong walong taong gulang siya at bumukod ito ng bahay kasama ang napangasawa nito.

Siya? Naiwan sa lola't lolo niya.

May galit siya, oo. Hindi naman mawawala iyon, pero masaya pa rin siya dahil hindi naman siya tuluyang nawalan ng pamilya. Naging maayos pa rin ang buhay niya; napalaki siya nang tama at hindi napariwara.

Aminado siyang noong una, naiisip niyang kukunin din siya ng nanay niya at isasama sa bagong buhay na binuo nito. Sa paglipas ng panahon, hindi na niya iyon naiisip. Ngayon na lang ulit nang marinig niya ang pag-uusap nina Lola Sida at Manong Dino.

Muli niyang naisip na baka may lugar pa siya sa buhay ng kaniyang ina. Baka may lugar pa sila ng lola niya dahil hindi rin naman siya makapapayag na siya lang ang kukunin ng mama niya kung papayag man ito. Ngunit wala pa rin pala.

"Tumanggi, Dino, tumanggi si Shiela."

Napabuntong-hininga siya saka nagtuloy-tuloy na pumasok sa kanilang kuwarto. Marahas niyang pinunasan ang kaniyang mga luha. Pinangaralan niya ang sariling hindi dapat siya umiiyak. *Ang mga lalaki, dapat malalakas,* iyon ang madalas sabihin ng kaniyang mga kaibigan.

Ang kaso, hindi niya talaga mapigilang maiyak at magngitngit sa inis.

"Ano bang kasalanan ko, bakit ayaw mo sa 'kin, Ma?" bulong niya. Humiga siya sa maliit nilang kama at mahigpit na niyakap ang isang unan. Marami siyang tanong ngunit tila hindi na kinaya ng mura niyang isipan at tuluyan na siyang nakatulog habang umiiyak.

KINABUKASAN, nagising siyang mabigat ang pakiramdam. Para siyang tumakbo ng ilang kilometro kahit na natulog lang naman siya. Imbes tuloy na magmukha siyang bagong gising, mas nagmukha pa siyang sumali sa isang *fun run* nang tingnan niya ang sarili sa salamin.

"Ano bang mukha 'to?" natatawang tanong niya.

Namumugto ang kaniyang mga mata, idagdag pang malaki ang *eyebags* niya na lalong nagpapangit sa kaniyang hitsura. Magulo rin ang kaniyang buhok at kung hindi siya sanay sa kaitiman niya ay baka napagkamalan na niya ang sarili na isang *chocolate* na tinubuan ng mukha.

Kinusot-kusot niya ang mga mata at hinampas nang mahina ang pisngi para hindi na siya antukin pa. Pilit niya ring inayos ang kaniyang buhok gamit ang kamay dahil hindi niya mahanap ang suklay. Nang maramdaman niyang ayos na siya, lumabas na siya ng kuwarto at hinanap ang kaniyang lola. Gusto niyang malaman kung kumusta na ito, kung tulad ba niya'y namumugto rin ang mga mata nito, o kung natulog man lang ba ang matanda.

Inaasahan niyang isang malungkot na Lola Sida ang makikita niya pero malayo iyon sa bumungad sa kaniya. Nakangiti kasi ito nang makita niya at walang bakas ng lungkot sa mukha. Kung totoo bang masaya ito o nagkukunwari lang, hindi niya alam. Ngunit mas gusto na niyang makitang nakangiti ito kaysa mukhang pinagsukluban ng langit at lupa. Umupo siya sa tabi nito. "Gandang umaga, 'La."

Ginulo nito ang buhok niya kaya napasimagot siya. Inayos pa naman niya iyon "Magandang umaga, Apo. Hindi ka kumain kagabi. Hala sige't mag-almusal ka na. Nagluto ako ng *hotdog*, paborito mo." Itinuro nito ang kusina.

Lalakad na sana siya nang bigla siyang higitin nito. "Umiyak ka? Namumugto 'yang mga mata mo."

Mariin siya nitong tinitigan. Tumalikod na lang siya bago pa siya nito kulitin. "Hindi po. Nakagat ng ipis," pagpapalusot niya. Lumakad na siya patungo sa kusina bago pa magsalita ulit ang kaniyang lola. Umupo siya, nagsandok ng ulam at kanin at nagdasal muna bago kumain nang tahimik.

Dahan-dahan noong una ang bawat subo niya, hanggang sa bumilis nang bumilis dahil parang hindi siya nabubusog sa kaniyang kinakain. Sa isip-isip niya, epekto marahil iyon nang hindi pagkain ng hapunan. Patapos na siyang kumain nang abutan siya ng tubig ni Lola Sida saka ito umupo sa upuan sa harap niya. Pinagmamasdan siya nitong kumain kaya nailang siya.

"Lola, may sasabihin ka?" lakas-loob niyang tanong bagama't kinakabahan. Hindi pa rin kasi matanggal sa isipan niya ang mga narinig kahapon.

Bumuntong-hininga si Lola Sida. "Mamaya," bulong nito.

Ngumiwi siya. "Ngayon na po. Tapos na naman akong kumain." Uminom siya ng tubig saka itinaas-baba ang kaniyang kilay. Ayaw na ayaw niyang pinatatagal ang paghihirap niya, kung may gustong sabihin, sabihin agad. Wala rin namang mababago kahit patagalin pa.

"Apo, kinausap ko ang Mama Shiela mo."

Gustuhin man niyang umarteng nagulat ay hindi niya magawa. Kaya imbes na magkunwaring napatigagal, ngumiti na lang siya.

"Ano pong sabi n'yo kay Mama?" pilit niyang itinanong. Kumunot ang noo ng matanda, waring naguguluhan sa reaksiyon niya. Hindi siguro iyon ang inaasahan nito mula sa kaniya. Siguro, iniisip nito na malulungkot siya kapag nabanggit ang kaniyang ina, pero tapos na siyang magmukmok kagabi. Naiiyak na niya ang lahat kaya ngayon, wala kahit isang bakas ng lungkot ang mababanaag sa mukha niya. At nahalata iyon ng kaniyang lola. Ngunit imbes na siyasatin siya ay tumikhim na lang ito.

"Sabi ko, kung puwedeng doon ka muna, Apo. Kasi alam mo naman ang kalagayan natin ngayon, 'di ba? Ang hanapbuhay natin, inalat. Pero kukunin din ulit kita 'pag ayos na, 'pag may trabaho na ang lola," mabilis na paliwanag nito, ni hindi man lang kumurap.

Tumango siya nang dahan-dahan. "E, ano pong sabi ni Mama?" Kunwaring interesado siya, kunwaring hindi niya alam.

"B-busy ang Mama mo, Apo. Alam mo naman 'pag teacher, kahit bakasyon maraming trabaho. Kaya hindi ka puwede sa kanila. 'Yong asawa rin ng nanay mo, masyadong mahigpit, baka pagalitan ka lang lagi. K-kaya ayos lang na hindi matutuloy ang pagtira mo ro'n, ano, Apo?"

Yumuko naman siya. Ramdam niyang pinagtatakpan nito ang tunay na rason kung bakit hindi siya puwede sa bahay ng nanay niya. Alam naman niyang ayaw lang siyang makita ng kaniyang ina at gumagawa lang ng kuwento ang lola niya dahil ayaw siya nitong masaktan. Kaya naman naisip niya, bakit sinabi pa nito sa kaniya na kinausap nito ang kaniyang ina? Sana'y hindi na lang nito sinabi pa, kahit na alam naman talaga niya.

Agad din namang nasagot ang tanong niya nang muling magsalita ang matanda, "Hindi puwede sa Mama Shiela mo kaya kinontak ko ang Tiya Jenny mong taga-Balagtas. At pumayag siyang doon ka muna sa kanila manirahan. Doon ka muna pansamantala."

At nabingi yata siya nang mga sandaling iyon.

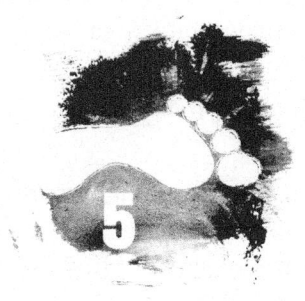

BAKIT? Iyon lang ang patuloy na tumatakbo sa utak ni Toto. Bakit?

Kilala niya ang Tiya Jenny niya, madalas itong dumadalaw (kasama ang buo nitong pamilya) sa Barangay Marikit lalo na noong buhay pa ang kaniyang Lolo Pablo. Ang alam niya, ito ang may pinakamaayos na pamumuhay sa lahat ng tiyahin at tiyuhin niya. Hindi mayaman, hindi rin naman mahirap, sakto kumbaga.

May tatlo itong anak, dalawang lalaki at isang babae. Minsan nga niyang pinangarap na sana'y ang Tiya Jenny na lang niya ang naging nanay niya. Pero hindi niya maisip na magsaya ngayong doon na siya makikitira.

Una niyang naisip, *Balagtas, ang layo!* Dagat ang tatawirin para marating iyon. Hindi ba puwedeng sa kabilang barangay na lang siya makitira? O bakit nga ba kailangan pa niyang makitira sa iba? Bakit hindi na lang niya samahan ang lola niya? E, ano kung naghihirap sila? E, ano kung wala na silang makakain sa mga susunod na araw? E, ano kung hindi na siya makapag-aral? Basta kasama niya ang lola niya, ayos na. Ngunit alam niya ring hindi papayag si Lola Sida sa gano'n. Base pa lang sa narinig niya sa pakikipag-usap nito kay Manong Dino, ramdam na niya kung gaano kadesidido ang matandang maiangat siya mula sa problemang kinasasadlakan nila.

"Susunduin kita 'pag maayos na ang lahat," muling saad ng kaniyang lola.

Lumunok siya at maluha-luhang sumagot. "Lola, papayag naman po ako kung d'yan lang sa malapit. Kung sa ibang barangay lang, puwede naman. Kay Mama o kay Tito Jay o Tito Al, kahit sino sa kanila, papayag ako, dahil barangay lang ang pagitan para makita kayo. Pero 'La naman, bakit kay Tiya Jenny pa? Sobrang layo naman," paghihinanakit niya.

Umiling naman ang matanda. "Wala naman tayong aasahan sa mga tito mo, hindi ka kukupkupin ng mga 'yon. Mas mahal ng mga 'yon ang sugal kaysa pamilya. Apo, sa Tiya Jenny mo, siguradong magiging maayos ka. Kukunin kita agad. Baka nga isang *school year* ka lang doon. Pangako, kukunin kita agad. Ha?"

Bumuntong-hininga si Toto saka dahan-dahang tumango. Ayaw na niyang makipagtalo pa dahil alam niyang kabutihan niya ang iniisip ng matanda. Kumakapit din siya sa pangako nitong kukunin din siya agad, na babalik din sa dati ang lahat.

Isang *school year* lang naman siguro, iisipin na lang niya na nagbabakasyon siya. Iisipin na lang niyang makakapanood na siya ng telebisyon anumang oras dahil hindi naman *rotation* ang kuryente sa bayan ng tiyahin niya. Iisipin na lang niyang makakahanap siya ng mga bagong kaibigan, kahit sa totoo lang ay kontento na siya kina Sim, Teroy at Koko. Iisipin na lang niyang sa paggising niya, maayos na ulit ang buhay nila, na wala nang problema sa palengke, na hindi na pinag-iinitan ng Mayor ang mga tinderang kinabibilangan ng lola niya.

Napapitlag siya nang maramdamang yumakap sa kaniya si Lola Sida. Panay ang haplos nito sa buhok niya at kung kanina ay nainis siya dahil ginugulo nito ang kaniyang buhok, ngayon ay napapangiti na lang siya.

"Kailan ang punta ko ro'n, 'La?" tanong niya.

"Ihahatid na kita sa isang linggo. Para habang bakasyon, makapag-*adjust* ka na, hindi 'yong sa pasukan ka pa mangangapa."

Napatigagal siya. "A-ang bilis naman! Baka puwedeng sa susunod na susunod na susunod na susunod na linggo na lang po?"

Pumalatak ito bago tumayo mula sa pagkakaupo. "Toto," anito sa nagbabantang boses.

"Oo na po. Basta sunduin mo 'ko agad, 'La, ha? Wala naman pong kaso sa 'kin kahit maghirap tayo."

"Naku! Hindi mo masasabi 'yan 'pag wala na tayong makain, kaya 'wag mo nang hintayin iyon bago kumilos. Ngayon pa lang, dapat gumagawa na ng paraan!" Kinuha nito ang platong pinagkainan niya at dumiretso ito sa lababo.

"Ako na ang maghuhugas, Lola."

"Hindi na, maglaro ka na sa labas. Ako nang bahala rito. Mamayang gabi ka na lang maghugas. Tatawagin din kita mamaya para tulungan ako sa mga natirang isda mula sa paninda natin. Kailangan na 'yong malagyan ng yelo. Buti na lang kokonti na rin 'yon, pang-ulam na lang natin," litanya nito.

Nagkibit-balikat siya bago naglakad palabas. Hindi niya mapigilang mapaisip habang naglalakad sa mabuhanging kalsada patungo sa kung saan man siya dalhin ng kaniyang mga paa.

Lahat ba ng tao dumadaan sa sobrang laking pagsubok tulad niya? Tulad nila ni Lola Sida? Gusto niyang isiping oo, para naman kahit papa'no, maramdaman niyang patas ang mundo. Na hindi lang pinipili ng tadhana kung sino ang dapat bigyan ng problema. Na dapat lahat, pare-pareho.

Bigla niyang naisip si Koko, ang masuwerte niyang kaibigan. Pinagpala na sa pamilya, pinagpala pa sa pera. Bakit nga ba hindi natulad ang kapalaran niya rito? Tumingala siya sa langit at sinipat ang mataas na sikat ng araw. Ilang saglit pa ay ibinaling na niya ang tingin sa lawak ng karagatang natatanaw niya. Pinakinggan niya ang ingay sa paligid. Inamoy ang pinaghalong bango at sangsang. Pumikit siya at muling tumingala.

"Sino ba ang makakasagot sa mga tanong ko tungkol sa buhay at mundo?" ibinulong niya sa hangin bago siya tuluyang napabuntong-hininga.

"*You know*, baka ako?"

Napatalon siya sa narinig na boses mula sa kaniyang likuran. Bago pa man niya makita ang nagsalita ay isang hagikhik na ang umalingawngaw sa paligid. Hindi simpleng hagikhik, nakakatakot talaga. Malakas iyon at parang isang buong buwang hindi tumawa ang taong pinagmulan noon.

"Ate *You-Know* este Ate Cassy?" aniya nang harapin ang dalagitang tumatawa na parang mangkukulam. Ito ang nag-iisang kapatid ni Sim, ang kolehiyalang hindi man kagandahan, ubod naman ng katalinuhan. Ito rin ang dahilan kung bakit napagkakamalang ampon ang kaibigan niya.

"Kanina pa kita tinitingnan, parang ang dami mong iniisip. *Share* naman d'yan, *you know!*" Ngumisi ito kaya naman lalong bumilog ang mukha nitong hugis *siopao*.

Napakamot siya sa ulo. Hindi naman siya malapit dito kaya naiilang siya. Nakikita niya lang ito kapag pumupunta silang magkakaibigan kina Sim at nakakausap niya lang ito... Teka, nakausap na nga ba niya ito? Nasisigawan siya nito, madalas, lalo na kapag nag-aaral ito at nag-iingay sila dahil sa paglalaro. Pero iyong makausap nang masinsinan? Parang hindi pa nangyari kahit kailan.

Inilapat niya ang kamay sa batok at 'yon naman ang kinamot. "Si Sim po?" tanong na lang niya.

"Nasa bahay, tulog pa, *you know*. Gusto mo ng kausap? Parang problemado ka, e."

Ngumiwi siya. Siguro nga'y gusto niya ng kausap, pero ayaw niya sa taong hindi siya komportableng kasama.

"Hindi po. Saka sabi ni Sim may *exam* ka, Ate? Baka dapat mag-*review* ka na lang po?" Pinagpapawisan siya nang malamig. Nagdarasal na sana ay 'wag na siya nitong piliting makipagkuwentuhan na para bang matagal na silang magkaibigan.

Tumaas ang isang kilay nito. "Ay, gano'n? Gusto ko ngang mag-*relax* muna kaya ako lumabas. Pero, *you know*, ayoko rin namang mag-*solo* kaya gusto ko ng kausap."

"May *cellphone* ka naman po yata, text mo na lang 'yong mga kaibigan mo, Ate?"

Nanliit ang mga mata nito. "Nakakahalata na 'ko, ayaw mo ba 'kong kausap?" Nanlaki ang ilong nito at namula ang mukha.

Mabilis pa sa alas-kuwatrong umiling siya. "Hindi po. Hindi, Ate. Ano lang... baka lang mas gusto mong kausap 'yong mga kaibigan mo."

"*You know*, hindi ako *people smart*, e. Wala ako masyadong *friends.*"

"Ha?" *Ano naman 'yong people smart?* Gusto niyang idugtong kung hindi lang siya nahiya rito. Baka isipin pa nitong bugok siya, kahit totoo naman.

Mukhang nakahalata naman ito dahil agad din itong nagpaliwanag, "*People smart. Interpersonal intelligence* 'yon *you know*, meaning kayang-kaya mong makihalubilo sa ibang tao nang walang kahirap-hirap. Kaya mong maging lider, kaya mong makipagkaibigan nang hindi kumukurap."

"Ah."

"Ganito kasi 'yon, naniniwala ka bang may taong bobo?"

Tinapunan niya ito ng tingin. Nakapamaywang ito at mariing nakatuon ang atensiyon sa kaniya. Hindi siya makapagsalita. Anong isasagot niya? Na naniniwala siya dahil gano'n siya? O gagayahin na lang niya ang madalas sabihin ng iba na walang taong bobo, tamad lang ang meron.

"H'wag ka na ngang sumagot!" anito nang mainip sa bagal niyang magsalita. "Basta sasabihin ko na sa 'yo, walang taong bobo. *You know* kasi, tayong mga tao, madalas, ina-*associate* lang natin ang katalinuhan sa galing ng isang taong magproseso ng impormasyon, sa bilis mag-*solve* ng *equation*, sa talas ng memorya o sa mataas na markang nakikita sa *transcript of records. But there's more to intelligence than that!*"

Napangiwi siya. Hindi niya maintindihan ang huli nitong sinabi, pero hindi na siya nagtanong pa.

"*You know*, may *nine types* kasi ng *intelligence. Actually*, maraming naniniwala na hindi lang talaga siyam ang uri ng katalinuhan pero bilang ito ang itinuro sa 'min, e 'di sige. 'Yong siyam na 'yon ay: *Naturalistic; Musical; Linguistic; Logical-Numerical, Intrapersonal; Interpersonal; Spatial. Wait*, ano pa nga ba 'yong dalawa? Aha! *Bodily-kinesthetic*, saka *Existential.*"

"Talaga po?" Tumawa siya kahit wala namang nakakatawa. Ay hindi, tumawa siya dahil natatawa siya sa sarili niya. Wala siyang maintindihan sa pinagsasasabi ng dalagita sa harapan niya.

"Taglay mo ang *naturalistic intelligence* kung may kakayahan kang makipag-*interact* sa mga hayop o halaman, 'yong parang malapit ka sa *nature? Musical* naman kung *gifted* ka sa paggamit ng *musical instruments* or may boses kang parang anghel.

"*Linguistic*, d'yan 'yong mga *writer* o 'yong mga taong kayang gamitin ang mga salita bilang isang makapangyarihang sandata. *Logical-numerical, well* ayan 'yong madalas alam natin, na kapag taglay mo 'yan matalino kang talaga dahil nand'yan 'yong *critical thinking* and *problem solving skills.*

"*Intrapersonal, self smart,* kilala mo 'yong sarili mo, *goal-oriented* ka. *Interpersonal,* ayun nabanggit ko na kanina, *socialization skills. Spatial,* madalas d'yan 'yong mga *graphic artist,* kaya nilang makita o makalikha ng mga bagay *from different perspective. Bodily-kinesthetic,* sa mga *dancer.*

"*Existential,* ayan 'yong mga *deep* na tao. Maraming tanong tungkol sa mundo, sa buhay, sa pangarap, at unti-unti siyang humahanap ng mga kasagutan," mahabang litanya nito bago tuluyang mapagod at magdesisyong huminto para huminga.

Lumunok naman siya dahil may isang uri ng katalinuhang umagaw ng atensiyon niya.

"Ate, kaya n'yo ba sinabi 'yan para iparating sa 'kin na mayro'n akong exis... ek."

"*Existential intelligence?*" dugtong nito nang mapansing namimilipit na ang kaniyang dila.

"Opo."

Humalakhak naman ito. "Talaga? Ang galing naman! Baka nga, 'To. Pero *you know,* ang dahilan talaga kung bakit ko sinabi lahat ng 'yon ay dahil ayun ang ie-*exam* namin sa *Psychology. Review* na 'yon sa 'kin kumbaga. Pero masaya akong nakatulong ako sa 'yo, ngayon alam mo na kung saan ka matalino."

Tinapik nito ang balikat niya bago tuluyang tumalikod at naglakad palayo. Baon-baon pa rin nito ang nakakatakot nitong halakhak kaya napangiwi siya.

"Bakit ba pumayag pa 'kong makipag-usap sa nakakatakot na ate ni Sim?" natatawang bulong niya sa sarili.

Pero hindi bale, ang mahalaga'y pansamantala niyang nakalimutan ang problema niya, at nalaman pa niyang hindi naman pala talaga siya bobo gaya ng iniisip niya.

May taglay siyang talino... *existential intelligence.* Paminsa'y puwede na rin siya sa *musical* o sa *interpersonal.* Matalino siya.

MABILIS na lumipas ang isang linggo at huli na nang mamalayan ni Toto na kailangan na pala niyang umalis pansamantala ng Barangay Marikit. Masyado kasi niyang itinuon ang atensiyon sa ibang mga bagay noong mga nakaraang araw.

"Toto, gising na. Sinabi ko naman sa 'yo kagabing 'wag nang magpuyat at alas-diyes ang daan ng *dortudor*," ani Lola Sida habang tinatapik siya sa pisngi.

"Lola, bukas na lang tayo umalis." Niyakap niya ang unan sa tabi niya.

"Hay naku, tumayo ka na't mag-almusal! Alas-otso na, bilisan ang kilos."

Hinigit na siya nito patayo kaya wala na siyang nagawa kundi pasimpleng magdabog dahil sa napurnada niyang pagtulog. Halos nakapikit pa siya nang lumabas siya ng kuwarto at dumiretso sa kusina para magmumog at magtimpla ng kape. Hindi pa siya gutom (o baka wala lang talaga siyang gana) kaya imbes na kumain na ng kanin, kinuha niya ang isang pirasong pandesal sa mesa sabay simsim sa kape niyang ubod ng tamis.

Tumayo siyang hawak-hawak pa rin ang kaniyang kape sabay tingin sa paligid. Paikot-ikot ang mga mata niya—sinasaulo ang bawat sulok, bawat kanto, at bawat bako-bakong pintura ng munti nilang tahanan. Ang upuang kawayan, ang maliit na telebisyong hindi naman madalas gamitin, ang kusinang unang binabaha kapag may bagyo dahil puno ng butas ang bubong at may baradong alulod, ang kuwartong bagama't masikip ay komportable namang tulugan, ang banyong palaging malinis, ang mesa, bentilador, plato, platito, kutsara, mangkok, walis, basurahan, alikabok, mga balat ng candy... siguradong hahanap-hanapin niya ang mga iyon.

Naputol ang kaniyang pagmumuni-muni nang lumabas mula sa kuwarto ang lola niya bitbit ang dalawang bayong at isang malaking bag na pang-*hiking*.

"Ano 'yan? Kumain ka ng kanin! Gugutumin ka sa biyahe n'yan, malayo 'yon, anong akala mo?"

Kinamot niya ang kaniyang pisngi. "Oo na po."

"Nagpaalam ka na ba sa mga kaibigan mo?"

"Noong isang araw pa po." Lumakad siya ulit patungo sa kusina, kumuha ng isang plato at nagsandok ng pagkain.

"Mabuti. Isang linggo lang kitang sasamahan do'n, ha? Magpapakabait ka. Kung may kailangan ka, ipa-*text* mo 'ko sa Tiya Jenny mo. Gusto kitang ibili ng *cellphone* kahit mumurahin pero baka wala ka nang ibang gawin do'n kundi mag-*text*. 'Wag bumarkada sa kung sino-sino. 'Wag gala nang gala. Kumain nang tama sa oras. Magdasal bago matulog. Mag-aral kang mabuti. Ipapasunod ko na lang 'yong *card* mo sa pasukan dahil hindi pa naaasikaso. *Grade* 8 ka na sa pasukan kaya pag-igihan mo dahil..."

"D'yan nakasalalay ang hinaharap ko. Wala kayong ibang maipamamana sa 'kin kundi edukasyon kaya dapat habang may pagkakataon, ayusin ko ang pag-aaral. 'La, tingnan n'yo, hindi ako magaling magsaulo pero memoryado ko 'yang talumpati ninyo. Higit isandaang beses n'yo ba namang inulit 'yan sa 'kin," natatawang sabi niya habang panay ang subo.

"Ikaw talagang bata ka, kumain ka nga muna bago magsalita! Tandaan mo lahat ng bilin ko sa 'yo. At bilisan mo ang kilos, maligo ka na."

Tango na lang ang isinagot niya rito bago niya tuluyang binilisan ang pagkilos. Matapos ang halos dalawang oras ay nakaligo na siya, naka-*gel* na rin ang buhok habang suot-suot ang isang dilaw na damit na nagpatingkad sa balat niyang hindi naman kaputian. Handa na ang mga gamit niya.

May isa na lang na hindi pa handa—siya. Wala pa sa loob niyang umalis, hindi pa handa ang kaniyang utak, katawan, puso at mga lamang-loob. Ngunit ilang saglit lang ay tinawag na siya ng lola niya mula sa labas, at wala na siyang ibang nagawa kundi kumilos kahit ayaw niya.

"Toto! 'Lika na! Andito na ang *dortudor*," muling tawag ni Lola Sida.

Sumulyap pa si Toto sa salamin at inikot ang mga mata sa paligid sa huling pagkakataon bago tuluyang lumabas ng bahay.

Paglabas niya ay bumungad sa kaniya ang isang malaking itim na *van* na tinatawag nilang *dortudor* o *door-to-door*. *Door-to-door* dahil literal na sinusundo at inihahatid ng *van* na ito ang mga pasahero't bagahe nito pinto sa pinto. Hindi na kailangan pang magpakapagod sa palipat-lipat na sasakyan kung magko-*commute* dahil isahang sakay na lang ang nangyayari.

Sinenyasan siya ng kaniyang lola na pumasok na sa loob ng *van* habang abala pa ito sa paghahanap ng magandang puwesto para sa mga bagahe nila. Akmang aakyat na siya nang may sumigaw ng pangalan niya mula sa hindi kalayuan.

"Toto!"

Nilingon niya ang tumawag sa kaniya at napangisi nang makita ang mga kaibigang sina Sim, Koko at Teroy.

"Mga boy!" bati niya saka sinalubong ang nagtatakbuhan niyang mga kaibigan.

"Buti umabot kami," ani Koko. Naghahabol ito ng hininga habang sapo-sapo ang dibdib.

"Oo nga," sabi naman ni Teroy bago siya inabutan ng isang supot. "Ayan, bigay 'yan ni Mama, mga biskwit para may kakainin kayo ni Lola Sida sa biyahe. Saka ito..." Isinampay nito ang isang puting *t-shirt* sa balikat niya. "...pabaon ko 'yan sa 'yo. Paboritong *t-shirt* ko 'yan. Balik ka agad, Boy, ha?"

Ngumiti siya rito. "Salamat, Boy!"

"Teka, ako rin may ibibigay." Sabay labas ni Koko mula sa likuran nito ng isang kahong kulay brown. "Tsokolate 'yan. *Imported*," pagyayabang pa nito.

Nanlaki ang mga mata ni Sim at Teroy sa narinig.

"Boy, akala ko lokal lang 'yan? 'Yong tigpipiso! *Imported* talaga 'yan?" saad ni Teroy. Nanlalaki pa rin ang mga mata nito na parang gulat na gulat at nanghihinayang.

"*Imported* 'yan. Baka kasi kunin n'yo 'pag nalaman n'yo kaya 'di ko sinabi," natatawang sagot ni Koko.

"Pahingi naman, 'To!" ani Sim saka umambang kukunin ang kahon mula sa kaniya.

Itinaas niya ang kahon at ngumiwi. "Aagawan mo pa 'ko, paalis na nga ako," biro niya.

Sumimangot naman ito. "Pasalamat ka paalis ka. O ito, bola na lang ang ibibigay ko sa 'yo. Bumalik ka agad, hindi puwedeng hindi na namin makita ang Hari ng Sablay," pang-aalaska pa nito. "Saka pinapasabi pala ni Ate Cassy, '*you know matalino ka. Go for the gold*.' 'Wag mo nang itanong kung bakit niya sinabi 'yon na para bang *close* kayo dahil hindi ko rin alam. Basta pinasabi niya lang 'yon no'ng narinig niyang aalis ka."

Natawa na lang siya sa sinabi nito. "Ayos lang, 'di ako magtatanong. Pakisabi rin kay Ate Cassy, salamat *you know*."

Umalingawngaw ang tawanan nilang magkakaibigan. Nang tawagin na siya ng lola niya dahil paalis na raw sila ay mabilis siyang tumango. Bitbit ang mga pabaon ng mga kaibigan, dahan-dahan siyang umakyat papasok ng *van* at umupo sa gitna ni Lola Sida at ng isang babaeng hindi niya kilala.

Bago tuluyang umandar paalis ang sinasakyan ay dumungaw pa siya sa labas at kinawayan ang tatlo niyang kaibigan. Naghiyawan naman ang mga ito at panay ang sabing bumalik siya agad. Tumango na lang siya at ngumisi. Saka niya ibinaling ang tingin sa bahay nilang may asul na pintura. Matagal niyang tinitigan iyon; gusto niyang tumatak nang husto sa isipan ang bahay na kumupkop sa kaniya sa loob ng labintatlong taon. Ang bahay na hindi niya alam kung kailan niya ulit makikita.

"Ano 'yang bitbit mo?" tanong ni Lola Sida nang mapansin ang mga dala niya.

"Bigay po no'ng tatlo. Biskuwit, *t-shirt*, bola at tsokolate."

"Ang babait nga naman ng mga 'yon."

"Opo, 'La." Saka siya humikab.

Umayos naman ng upo ang matanda at kinuha ang mga bitbit niya upang ipatong sa maliit na espasyo sa tabi nito. Tinapik nito ang hita. "Matulog ka muna, Apo. Matagal ang biyahe. Gigisingin kita 'pag tanghalian na."

"Sasakay tayo ng barko, 'no, 'La? Puwede tayong lumabas ng *van* para umakyat sa loob ng barko?" Ipinatong niya ang ulo sa hita nito habang ang katawan niya'y bahagyang nakatagilid. Hindi gaanong komportable ang puwestong iyon pero mas ayos na 'yon kaysa literal na matulog nang nakaupo. Isa pa'y talagang inaantok siya. Napuyat kasi siya kagabi dahil hindi siya agad nakatulog kaiisip kung anong mangyayari sa buhay niya.

"Aba'y siyempre naman, pagkainit kung sa *van* lang talaga tayo. Puwedeng umakyat sa barko, mag-ikot-ikot," sagot ng lola niya habang hinahaplos ang kaniyang buhok.

Muli siyang naghikab at pumikit. "Talaga po? Ayos!"

Ilang saglit pa'y tuluyan na nga siyang idinuyan ng antok.

***

NAGISING siya sa isang mahinang tapik sa kaniyang pisngi na sinundan ng isa pang tapik at isa pa at isa pa. Sinaway niya ang kamay na tumatapik sa kaniya ngunit hindi naman iyon huminto.

"Toto, kakain na."

Humikab siya nang mapagtantong boses iyon ng kaniyang lola. Unti-unti siyang bumangon at nag-inat. Nag-ingat pa siya bago kumilos dahil baka may matamaan siya ngunit nang bumaling siya sa kanan ay wala na roon ang babaeng katabi niyang hindi naman niya kilala. Tiningnan niya ang paligid. Wala nang tao roon bukod sa drayber na abala sa pagte-*text*.

"Nasa'n ang mga tao, 'La?" tanong niya.

"Nag-akyatan na sa barko. Kanina pa kita ginigising, ay. Ala una na kaya."

"Mga anong oras tayo makakarating kina Tiya Jenny, 'La?"

Kinuha nito ang isang bayong na may lamang mga pagkain nila bago sumagot, "Baka mga alas-sais ng gabi. Walong oras ang biyahe."

"Mamaya pa pala."

"Oo, tulungan mo 'kong dalhin 'tong bayong. Do'n na tayo kumain sa taas."

Sinunod naman niya agad ang matanda at kinuha ang bayong. Hindi niya rin kinalimutang dalhin ang kahon ng tsokolateng binigay ni Koko para may panghimagas sila.

Nang makababa sa *van* ay puro sasakyan ang bumungad sa kaniya. Naramdaman niya ring gumagalaw ang kinatatayuan niya, nasa barko na nga talaga sila. Lumapit siyang muli sa kaniyang lola dahil hindi naman niya alam kung saan ang daan.

"Patatak muna tayo sa drayber," bulong nito saka siya hinigit patungo sa drayber na nagte-*text* pa rin.

"Manong, aakyat na kami nitong apo ko. Papatatak na kami."

Ibinababa ng drayber ang hawak nitong *cellphone*. May kinuha itong kung ano sa may tabi nito saka bumaba sa *van* para puntahan sila. Mabilis nitong idinampi sa balat niya ang isang bagay at nang tingnan niya iyon, may marka na siyang kulay pula na hugis bituin. Gano'n din ang ginawa nito sa kamay ng lola niya. Ngumiti nang tipid ang drayber bago pumasok muli sa loob ng *van* sabay dampot ng *cellphone*.

"Ano 'to, Lola?" tanong niya habang tinitingnan ang pulang marka sa kamay niya.

"Katibayan lang 'yan na do'n tayo sa *van* nakasakay. 'Wag mong buburahin 'yan, kailangan 'yan para makasakay ulit sa *van* mamaya," paliwanag nito.

Tumango na lang siya at sinabayan ang lola niya sa paglalakad. Nang makarating sila sa isang hagdang bakal ay umakyat sila roon. Talagang nagpalaki sa mga mata niya ang bumungad sa kaniya pagkatapos—karagatan!

"Ayun, dagat!"

Tumakbo siya ngunit nahigit din kaagad ng lola niyang nakasimagot.

"Hindi puwedeng patakbo-takbo rito ang mga bata! Naku, pasaway ka talaga! Araw-araw ka namang nakakikita ng dagat sa 'tin, a," pangaral nito sa kaniya.

"Iba naman 'to, Lola! Ang ganda, o! Nasa gitna tayo ng dagat, ang astig."

Umiling na lang ito at hindi na siya binitiwan pa. Nagtanong-tanong lang ito sa mga nakakasalubong kung saan ang kainan at nang malaman, doon agad sila nagtungo.

Malaki ang buong barko gaya ng kaniyang inaasahan. Nangingibabaw ang kulay puti sa paligid at maraming naka-*display* na salbabida. Malawak din ang kainan at maraming kung ano-anong itinitinda ngunit hindi gaanong malinis ang paligid. Maraming kalat sa mga mesa at mapipilitang maglinis muna kung nais gamitin ito.

Umupo siya sa isang bakal na upuan at tinulungan ang Lola Sida niyang mag-ayos ng kakainin nila. Inilabas nito ang baong kanin at pinangat na isda. Masarap magluto ng pinangat ang lola niya. Matagal kasi nitong pinakukuluan ang isda hanggang sa lumambot kaya't kahit asin at tubig lang ang pinagpakuluan, nagiging parang lutong restawran ang ulam na iyon.

Nagdasal sila bago kumain nang tahimik. Inilabas na niya ang tsokolate at binigyan ang kaniyang lola. Tuwang-tuwa siya sa sarap ng tsokolateng ni hindi niya mabigkas ang pangalan. Natutunaw iyon sa bibig at hindi ubod ng tamis, saktong-sakto lang.

Habang nilalasap ang sarap ng tsokolate, hindi niya mapigilang dungawin ang karagatang nakikita mula sa kinauupuan niya. Hindi niya rin mapigilang mapaisip kung hanggang kailan siya makakangiti gayong palapit nang palapit ang Balagtas, palapit nang palapit ang probinsiyang pansamantalang kukupkop sa kaniya… malayo sa mga taong nakasanayan niyang kasama.

PASADO alas-singko nang marating nila ang bahay ng tiyahin niya. Panay ang lingon niya sa paligid, pilit ipinoproseso ng utak niya ang bagong lugar na kailangan niyang mahalin. Malayong-malayo ang hitsura ng lugar na iyon sa kanilang lugar. At malayong-malayo rin iyon sa hitsurang nasa imahinasyon niya.

Sa imahinasyon niya'y may malawak na kabukiran at magandang tanawing malapit sa kinatatayuan ng bahay ng kaniyang tiya. Pero ang nakikita niya ngayon ay magkakadikit na mga bahay, masikip na eskinita, malalaking poste ng ilaw, mga nakasampay na damit at baldeng iba't ibang kulay.

Hindi naman marumi ang paligid, maayos pa rin naman. At sabi ng lola niya, *subdivision* daw ang tawag sa ganitong lugar. Kung may ikinatuwa man siya sa lahat ng nakita niya, iyon ang mga batang panay ang takbuhan at harutan sa gitna ng kalsada.

"Aba, mas maraming bata rito," aniya sa sarili.

Abala pa siya sa pagmamasid nang bigla siyang sitsitan ng lola niya at papasukin sa loob ng bahay ng kaniyang tiya. Hindi niya namalayang nakaalis na pala ang *van* na naghatid sa kanila.

Pagpasok niya ay *terrace* ang bumungad sa kaniya. Dumiretso siya sa Tiya Jenny niya at sa asawa nito saka nagmano. Nang makitang abala sa pag-uusap ang mga ito ay dahan-dahan niyang iniwan ang tatlo sa *terrace* at pumasok na sa loob. Muli siyang lumingon sa paligid. Hindi pa rin siya tumitigil sa paglalakad upang mas makita ang kabuuan ng bahay. Napangiti siya nang mapagtantong maganda ngang talaga ang bahay na iyon. Bukod sa may *terrace*, may maayos itong sala at may malaking telebisyon. May banyo sa gilid bago makarating sa kusina at sa tapat niyon, may isang hagdan patungo sa *second floor*.

Gusto na niyang umakyat at silipin ang itaas ngunit nahiya siya sa mga pinsan niyang nakatingin na pala sa kaniya. Napansin niya lang iyon nang magawi ang paningin niya sa kusina at makitang nakaupo roon ang tatlo niyang pinsan at abala sa pagkain. Kilala niya ang mga ito, madalas nagbabakasyon ang mga ito sa probinsiya ng San Agustin noon kaya malapit din siya sa mga pinsan. Ngunit hindi niya alam kung gano'n pa rin ngayon. Matagal silang hindi nagkita-kita kaya para silang naiilang sa isa't isa.

"Kain, 'To," ani Ate Clarisse niya, ang panganay at ang nag-iisang babae sa magkakapatid.

"M-mamaya na po."

Tumango naman ito at nagpatuloy sa pagsubo. Tahimik pa rin ang dalawa pa niyang pinsan, sina Clark at Kevin. Sa pagkakaalam niya, kaedad niya si Clark samantalang mas matanda sa kaniya si Kevin. Muli niyang ibinaling ang tingin sa paligid at napangiwi nang maalala niyang sa susunod na linggo ay babalik na ang lola niya sa San Agustin. Umaasa siyang sana'y bumagal ang oras at hindi pa sumapit ang araw na kailangan na siyang iwan nito.

Ngunit mapagbiro rin talaga ang oras. Kapag gusto niyang bumilis iyon, tila lalong bumabagal at kapag gusto niyang bumagal, tila lalong bumibilis. Tila pinaglalaruan siya. Kaya naman nang sumapit ang araw ng Biyernes ay magkahalong kaba, takot at lungkot ang naramdaman niya. Iyon na ang araw na uuwi si Lola Sida.

Sa loob ng isang linggo niyang pamamalagi sa bahay ng tiyahin, masasabi niyang kahit paano ay nakapag-*adjust* na siya. Akala niya noong una, mahihirapan siyang makahanap ng kaibigan pero isang araw pa lang siyang nagsosolo sa paglalaro ng bolang bigay ni Sim, niyaya na siya ng isang binatilyong nagngangalang Allen na makisali sa tagu-taguan ng mga ito. Hanggang sa dumalas na nang dumalas ang pakikipaglaro niya sa mga bagong kaibigan at halos malimutan na niyang bago lang siya sa lugar na iyon.

Naging maayos din ang pakikitungo sa kaniya ng Tiya Jenny niya at ng asawa nitong tinatawag niyang Tito Obet. Mabait ang mag-asawa at maalaga. Ang Kuya Kevin niya lang ang hindi niya gaanong makasundo. Palautos kasi ito at parang palaging galit. Kaya hangga't maaari, nilalayuan niya ang binata.

Masaya siya sa nakalipas na isang linggo. Nasa ikalawang palapag ng bahay ang kuwarto kung saan siya nagpapahinga at katabi niyang matulog sa malaking kama ang dalawa niyang pinsang lalaki. Masarap magluto ang tiyahin niya at araw-araw pa siyang nakapanonood ng telebisyon. Hindi niya pinalalampas tuwing umaga ang mga palabas na *Dragon Ball Z, Detective Conan, Knock Out* at *Slam Dunk.*

Araw-araw pa rin niyang hinahanap-hanap ang amoy ng dagat, ng mga sariwang isda, ang panunukso ng mga kaibigan niyang sina Sim, Teroy at Koko, si Manong Dino at ang buong Barangay Marikit, pero hindi na siya gaanong nangungulila. Unti-unti na siyang nasasanay sa bagong paligid kahit isang linggo pa lang siya roon.

Ang hindi pa lang niya gaanong maunawaan ay ang pagkahumaling ng ilang kabataan sa lugar na iyon sa iba't ibang uri ng *gadget.* Oo nga't alam naman niya ang *Facebook, Twitter,* DOTA, COC at iba pang mga laro sa kompyuter, ngunit hindi niya akalaing may mga bata palang naaadik sa mga iyon. Naisip niyang siguro'y magkakaiba lang talaga ang mga tao sa bawat lugar.

Akala niya, magiging mas madali na ang mga sumunod na araw, pero nagbago 'yon nang makita niyang sumakay na ang Lola Sida niya sa *dortudor* at kumaway sa kaniya. Nakangiti ito, ngunit nangingislap ang mga mata. Kumakaway, ngunit nanginginig ang mga labi. Napatigagal siya. Tinanong niya sa sarili kung nasa'n ang Toto na ipinagmamalaki niyang nakapag-*adjust* na? Ang Toto na hindi na nangungulila, ang Toto na nagugustuhan na ang Balagtas, nasaan na?

Kahit noong tuluyan nang umandar ang *van* paalis ay para pa rin siyang tuod na nakatayo sa gitna ng kalsada. Umawang ang bibig niya nang tuluyang lumiko ang *van* sa isang kanto at mawala sa paningin niya.

"Toto, ayos ka lang?" tanong ng isang tinig, ang Ate Clarisse niya pala.

"Lola... Lola," aniya bago tumakbo para habulin ang itim na *van* na sinasakyan ng kaniyang lola. Narinig niyang tinatawag siya ng pinsan ngunit hindi niya ito pinansin. Nanginginig ang buong katawan niya, natataranta, nasasaktan, nalulungkot.

Akala niya, maayos na siya. Huwad lang pala ang katapangang nararamdaman niya. O baka matapang lang siya dahil kasama niya ang mahal niyang lola. Pero ngayon? Nawala lahat ng tapang na naipon niya noong nakaraang linggo. Bumalik lahat ng pangungulila, nadoble pa.

Tumakbo siya nang tumakbo. Hinihingal man at hilam na sa luha ang mga mata ay hindi pa rin siya tumigil maski para huminga nang malalim. Hanggang sa mapahinto siya nang mapagtantong may mas maiksing daan papunta sa harapang bahagi ng *subdivision*. Itinuro iyon sa kaniya ni Clark nang minsang bumili sila ng yelo.

Pumihit siya at tinahak ang daan na iyon. Sa tantiya niya, wala pang limang minuto ay nasa *guard house* na siya ng *subdivision*. Takbong pangkabayo na yata ang ginawa niya. Pinunasan niya ang kaniyang mukha bago mabilis na nilapitan ang isang guwardiya.

"K-Kuya, dumaan na ba 'yong itim na *van*? Malaking *van*, dortudor." Huminga siya nang malalim para habulin ang hininga at pakalmahin na rin ang sarili nang sa gayon, hindi siya mawalan ng malay kung sakali mang ang isagot ng tao sa harap niya'y '*Oo, dumaan na.*'

Hindi na nakasagot pa ang guwardiya dahil pagtalikod niya, saktong nakita na niya ang *van* na papalapit sa kanila. Itinaas niya ang kaniyang kamay at nagsisigaw.

"Lola, nandito ako! Lola!"

Tinapik naman siya ng guwardiya sa balikat. "Pahihintuin ko na lang muna saglit," anito.

Sabik siyang tumango hanggang sa nilapitan na nga nito ang *van* at kinausap ang drayber. Napangiti siya nang makitang gumigilid na ang *van* para hindi humarang sa ibang dumaraan. Nakita na rin niya ang nakadungaw na mukha ng kaniyang lola dahilan para mas lumawak ang ngiti niya.

Nagmamadali siyang tumakbo patungo sa itinabing *van*. Pababa na rin si Lola Sida kaya sinalubong niya ito ng yakap. Tuluya na siyang napahikbi nang yakapin siya nito pabalik.

"Lola, 'wag... ka na lang umalis. Dito ka na lang din," pinilit niyang sabihin kahit hirap na hirap siyang magsalita.

Hindi naman ito sumagot. Nanatili lang ang mainit at mahigpit nitong yakap sa kaniya.

"Lola, sige na naman. Kung nasa'n ka, dapat do'n din ako," pagmamakaawa niya. Tinapunan niya ng tingin ang matanda at doon niya nakitang umiiyak din ito, pero pilit nitong pinupunasan ang sariling mga luha.

"Lola."

Umupo ito sa tapat niya, iyong upong hindi lumalapat ang puwet sa lupa, saka siya hinawakan sa balikat. "Apo, napag-usapan na natin 'to, 'di ba?"

"Ayoko na po. Gusto ko kasama ka."

Ngumiti ito. "Ako rin naman, Apo. Pero 'di ba nga, babalikan din kita agad? 'Di ba nga, iisipin mo lang, nagbabakasyon ka rito?"

"Pero Lola..." Humikbi siya at hindi na natapos ang sasabihin. Napakamot sa ulo ang matanda. "Naku itong batang 'to talaga. *Ten years old* ka na, 'wag iyak nang iyak. Lalaki ka pa naman."

Napailing siya. "Lola, *thirteen* na po. *Grade* 8 sa pasukan," matigas niyang sabi na nagpatawa sa matanda.

"Alam ko, pinapatawa lang kita."

"Aalis ka na talaga ngayon, 'La? 'Di ka na mapipigilan?"

"Hindi na. Nakapagbayad na 'ko sa *van!*"

Humiwalay siya sa pagkakayakap sa matanda at tiningnan itong mabuti. Pilit minemorya ang mukha nito kahit alam niyang imposible naman niya itong makalimutan—ang maikling buhok na medyo kulot, makapal na kilay, mapupungay nitong mga mata, manipis na mga labi, kayumangging balat, at bilugang katawan.

Hinalikan siya nito sa magkabilang pisngi at niyakap pa ulit nang mahigpit bago siya nito tuluyang pakawalan.

"Sige na, Apo, masyado nang napatagal ang *drama* natin, baka mahuli pa kami sa barko," anito.

Tumango siya at huminga nang malalim. Habang naglalakad papasok sa *van* ang matanda ay sobrang pagpipigil ang ginawa niya para hindi tumakbo at sumunod dito. Ilang saglit pa at umandar na ang sasakyan. Tinanaw niya ang kaniyang lola at napangiti na lang siya nang makitang nakangiti rin itong kumakaway sa kaniya.

Hanggang sa bumilis na ang takbo ng *van* at tuluyan na iyong mawala sa kaniyang paningin.

Hanggang sa muli, Lola.

PASUKAN na. Iyon agad ang naisip ni Toto nang magising isang araw. Hindi niya akalaing tapos na ang dalawang buwang bakasyon. Hindi niya akalaing nakaya niya ang ilang buwang pagkalayo sa Barangay Marikit. Kahit papaano'y masasabi niyang *proud* siya sa kaniyang sarili. Kahit sobrang nahirapan siya noong una dahil hindi siya sanay na wala sa tabi ang kaniyang lola, nakaya pa rin niya.

Nasasanay na siyang walang dagat na naaamoy tuwing umaga at walang mga kaibigang tumatawag sa kaniya ng *Hari ng Sablay.* Nasanay na rin siyang makapanood palagi ng telebisyon, nasanay makipaghabulan sa kalsadang hindi niya madalas gawin noon dahil mas mahilig silang magbabarkada sa paglalaro ng bola o paglangoy.

Nakasanayan na rin niya ang kawalan ng tubig sa bahay ng kaniyang tiya. Kung ang San Agustin, sagana sa tubig, ang *subdivision* naman kung saan nakatayo ang bahay na tinutuluyan niya, palaging naghihingalo ang *supply* ng tubig.

Gabi-gabi siyang napupuyat sa kapupuno ng mga balde at dram para may panligo, panghugas ng plato, panlinis ng puwet o pangsipilyo sila kinabukasan. Madalas ding siya ang tagahugas ng plato at tagalinis ng kubeta. Wala namang kaso sa kaniya iyon dahil sanay na rin naman siya sa gawaing bahay at alam niyang kulang pa iyon bilang kabayaran sa pagpapatira sa kaniya ng pamilya ng Tiya Jenny niya.

Tanggap din niyang hindi maaasahang kumilos o maglinis ang kaniyang mga pinsan. Ang Ate Clarisse niya, bagama't tumutulong naman sa paghuhugas ng plato at pagsasaing ay mas madalas pa ring nagkukulong sa kuwarto. Wala namang sumasaway o nagagalit dito dahil ang pinagkakaabalahan nito ay pag-aaral. Ang Kuya Kevin naman niya, palaging wala, at kung nasa bahay man ay hindi naman mautusan dahil hawak palagi ang *cellphone* o isang malapad na *gadget* na parang *laptop* (na mas maliit). Nalaman niya paglaon na ang tawag pala roon ay *iPad*. Mainitin din ang ulo nito at sinisigawan nito maging ang mga magulang. Si Clark naman, wala yatang ibang gustong gawin kundi sumama sa barkada at magkalat sa bahay.

Minsan, naiisip niyang pumayag ang Tiya Jenny at Tito Obet niyang kupkupin siya para may katulong ang mga ito sa gawaing bahay. Pero agad din niyang isinasantabi ang kaisipang iyon. Totoo man o hindi, nagpapasalamat na lang siyang mababait naman ang mga ito sa kaniya.

Natigil ang kaniyang pagmumuni-muni nang tapikin siya ng Ate Clarisse niya.

"Mahuhuli ka sa klase n'yan kung hindi ka kikilos." Saka siya nito tinalikuran.

Nagmadali siyang kumuha ng tuwalya at mga damit. "Wala kang pasok, Ate?"

"*Next, next week* pa 'ko. Madalas namang hindi sumasabay ang college sa *elementary* at *high school*. Pero nag-a-*advanced study* na 'ko." May kinalikot ito at napagtanto niyang mga damit iyon ni Clark.

"*Third year college* ka na po, 'no?"

Tumango ito saka hinugot mula sa damitan ang isang *brief* at sando. "Si Kevin naman, *second year* dapat dahil pareho naman kaming hindi inabutan ng K to 12, pero ayaw namang mag-aral ni Kevin. Papasok, hihinto, papasok, hihinto." Huminga ito nang malalim. "Hala, walang medyas dito. Ito talagang si Clark," bulong nito.

"Aayusin mo ang gamit ni Clark, Ate?"

"Oo. Masama kasi ang pakiramdam ni Mama. Si Papa nasa trabaho na. Si Kevin, wala namang aasahan do'n, tulog pa nga hanggang ngayon." Kunot ang noo nito at halatang aburido.

Pero malaki na naman si Clark, a? Gusto niyang sabihin ngunit parang bumara lang iyon sa lalamunan niya. Labintatlong taong gulang si Clark, labintatlong gulang din siya. *Grade* 8 si Clark, *grade* 8 din siya. Ang ipinagkaiba lang naman nila ay seksyon B ito habang siya, nasa seksyon D. At kung kaya niyang kumilos mag-isa at maghanda para sa eskuwela, bakit hindi kaya ng pinsan niya?

Hanggang sa eskuwelahan ay baon-baon niya ang katanungang iyon. Ni hindi niya magawang masuri ang paligid gaya ng madalas niyang gawin dahil sa bumabagabag sa kaniya. Ni hindi niya maintindihan kung anong sinasabi ng mga guro at ng mga kaklase niyang isa-isang nagpapakilala sa harap ng buong klase. Ni hindi niya mapagtuunan ng pansin ang bago niyang *notebook* kahit na ang paborito niyang si Goku ang disenyo niyon. Ni hindi siya sigurado kung nabusog siya sa baon niyang kanin at *corned beef* noong tanghalian. Ni hindi niya alam kung tama ba ang naisulat niyang pangalan sa kaniyang papel noong ipinagsulat sila ng guro niya sa Filipino.

Bandang hapon nang mahimasmasan siya. Naisip niya kasing wala rin naman siyang mapapala kung malalaman niya ang sagot sa katanungan niya. At hindi niya dapat pinakikialaman ang buhay ng mga taong nagmalasakit at buong pusong nagpatuloy at tinanggap siya sa bahay ng mga ito.

Hapon na nang kumausap siya ng mga kaeskuwela. Hindi naman iyon naging mahirap dahil kaklase niya sina Allen at Jilian na mga kapitbahay lang niya. Sinabihan niya ang dalawa na ipakilala siya sa mga naging kaibigan ng mga ito at wala pang kalahating oras ay bahagi na siya ng iba't ibang tropa. Mga kaklaseng habang nagpapakilala siya'y panay lang ang tango sabay *pose* sa gilid at kuha ng retrato gamit ang *cellphone*. Hindi tuloy siya sigurado kung pangmatagalang kaibigan ang mga bagong kakilala o pangunang araw lang ng klase.

Nang tumunog ang *bell* na hudyat na tapos na ang unang araw ng klase, nagmamadali niyang isinukbit ang bag niya at lumabas. Napasimangot siya dahil hindi pa pala siya tuluyang makakauwi dahil kailangan pang pumila ulit kagaya noong umaga.

"Araw-araw ba talaga tayong pipila sa umaga at hapon?" naitanong ni Toto kay Allen.

"Hindi raw. Sa umaga, 'pag Lunes lang ang pila, *flag ceremony*. Tuwing Lunes at Biyernes naman ang pila sa hapon, *prayer* daw saka minsan konting *speech* ng Principal," bulong nito.

Tumango siya. Dumarami na ang mga batang nakapila. Hindi siya sigurado kung paanong nagkakasya ang libo-libong estudyante sa eskuwelahan nila. Hanggang sa naisip niyang paanong hindi magkakasya, e pinipilit pagkasyahin. Ang klasrum nila, parang dyip na may makulit na drayber na nagpipilit magtawag ng pasahero at sasabihing lima pa ang makakaupo kahit buryong-buryo na ang mga pasahero sa sikip. Halos sardinas na nga sila sa kanilang klase.

"Ilan nga tayong magkakaklase, Allen?"

"Hindi ka talaga nakinig kanina? Tindi! *Sixty* tayo."

Laglag ang panga niya. Hindi dahil sa hindi siya sanay sa gano'ng kalakaran—kahit sa kanilang barangay sa San Agustin ay matindi rin naman ang bilang ng estudyante sa isang silid-aralan—kundi dahil akala niya'y noong umalis siya sa dating probinsiya ay iniwan na rin niya ang mga bulok na sistema sa paligid niya. Nagkamali pala siya.

"Ilan nga ang seksyon dito? Nabanggit 'yon sa 'kin ng teacher na kumausap sa 'kin noong nag-*enroll* ako pero mahina ang memorya ko, e."

"Mahina rin naman ang memorya ko pero mas mapurol yata 'yong iyo, buti 'di ka napunta sa huling seksyon." Tumawa pa ito pero tumigil din nang titigan niya ito nang masama. "Biro lang. Siyam na seksyon bawat *grade*. Seksyon A to I. Mamaya ka na magtanong, ayan na 'yong mangunguna sa dasal." At umalingawngaw na sa paligid ang boses ng isang babaeng umuusal ng isang dasal.

Matapos iyon ay nagkani-kaniya nang pulasan ang mga estudyante kahit panay ang saway ng mga guro na *by section* ang paglabas. At dahil hindi naman siya gaanong pasaway, hinintay na lang niyang tawagin ng guro ang *grade* at seksyon nila bago siya tuluyang maglakad palabas kasabay ng ilan pa niyang kaklase.

Panay ang tingin niya sa paligid habang naglalakad. Malawak ang lugar ngunit halatang luma na ang mga pasilidad. May ilang silid-aralan siyang nadaanan na pawang nakasara dahil mukhang matindi na ang sira.

Malapit na siya sa *gate* nang may marinig siyang sigaw.

"Totoo! *Toto Ow!*"

Gusto niya sanang lumingon at makiusyoso ngunit sa sobrang dami ng tao, tiyak mahihirapan siya kaya nagpatuloy na lang siya sa paglakad. Noong nasa labas na siya ng *gate* at tatawid na sana patungo sa kabilang kalsada, biglang may umakbay sa kaniya sabay lahad ng isang papel.

"Totoo," bulong nito.

Nilingon niya ito at agad nakita ang nakangiting mukha nina Allen at Jilian. Kasama rin ng mga ito ang dalawa pa nilang kaklaseng sina Miguelito at Donald.

"Hindi mo naman sinabing mas gusto mo palang tawaging Totoo!" ani Jilian saka humagikhik.

Kumunot ang noo ni Toto, nagtataka. "Kanina ko pa naririnig 'yang *totoo* na 'yan. Anong meron?"

Nagsipag-apir naman ang mga kaklase niya. "Sabi na, mali lang 'to. Kaloka naman, 'Te," ani Miguelito sabay hawi ng *invisible bangs* nito habang si Allen ay tumango-tango lang.

"Si Ma'am naman ang unang naniwala, a? Pero sweet ni Ma'am, sinagot pa isa-isa 'yong mga ipinasa nating papel," nakahalukipkip na sabat ni Jilian.

Napakamot siya sa ulo, hindi maintindihan ang mga nangyayari. "Kasali ba 'ko sa usapan n'yo? Kung hindi, uuwi na 'ko," nalilito niyang sabi.

Muli namang naglahad ng kamay si Allen. Nakita niya roon ang isang pamilyar na papel. Kinuha niya iyon at unti-unting binuksan. Tumambad sa kaniya ang sarili niyang sulat-kamay gamit ang itim na *ballpen* at sa gilid niyon ay may bagong sulat din, kulay pula naman.

Iyon ang ipinagawa kanina ng kanilang guro sa Filipino. Sa isang papel, ipinasulat nito ang buo nilang pangalan, sunod ang palayaw na gusto nilang itawag sa kanila, sunod ang *address* at numero ng telepono.

Noong una, wala pa siyang ideya kung para saan ang papel na iyon ngunit pagkatapos niyang pasadahan ng tingin ang isinulat niya, natawa na lang siya at naintindihan ang lahat. Sa sobrang pagkawala yata sa sarili kanina'y nadagdagan na niya ang palayaw niya.

```
Pangalan: Timothy John Olep
Palayaw: Toto o
Address: Blk 22, Lot 70, Tanolo Homes Subd.,
Sto. Domingo, Balagtas
Numero: Hindi ko po kabisado
```

Sa tabi ng kaniyang palayaw, nakasulat sa pulang tinta ang:

Napakagandang palayaw! Inaasahan ko ang palagi mong pagbabahagi ng katotohanan. He-he-he. Pero dapat ay Toto O. iyon at hindi Toto o., bilang ang letrang 'O' ay pinaikling bersiyon ng iyong apelyido. Tama ba?

Kung may tanong o problema, 'wag mahihiyang lumapit sa 'kin. Pamilya tayo rito, Toto O.

HINDI mawala ang ngiti sa mga labi ni Toto dahil sa nabasang simpleng mensahe ng kaniyang guro sa Filipino. Kahit ilang beses siyang tuksuhin ng mga bagong kaibigan na para na raw siyang nababaliw, kahit na may kalayuan ang kailangan niyang lakarin para makauwi at kahit na puro usok na lang ang nalalanghap niya mula sa mga dumaraang sasakyan, hindi pa rin napapalitan ng simangot ang masaya niyang mukha.

Makalipas ang halos tatlumpung minutong paglalakad ay nakauwi na rin siya. Unang tumambad sa kaniya ang Tiya Jenny niyang abala sa panonood ng telebisyon habang sumisimsim ng hindi niya malaman kung kape, gatas o tsokolate. Lumapit siya rito at nagmano.

"Hindi mo kasabay si Clark?"

Nagtanggal siya ng sapatos at medyas. "Hindi po, e. 'Di ko po siya nakita no'ng uwian."

Nang hindi na ito sumagot pa ay naisip na niyang umakyat at magbihis. Ambang aakyat na siya ngunit natigilan din dahil nagsalitang muli ang tiyahin niya.

"Baba ka agad, 'To. Magsalang ng sinaing. Saka bukas, maaga kang umuwi. Mamimili kami para sa pista."

"Sa Huwebes na po ang pista, ano?"

"Anong Huwebes? Mula Miyerkules hanggang Huwebes 'yon! Wala kayong pasok no'n. Siyempre dahil ang eskuwelahan naman e dito lang din sa barangay natin sa Sto. Domingo."

Tumango na lang siya at humakbang na paalis. Alam niyang nalalapit na ang pista dahil panay na ang sabit ng mga tanod ng banderitas, hindi niya lang alam ang eksatong petsa. Habang paakyat, nakasalubong niya ang nakabusangot na mukha ng kaniyang Kuya Kevin. Katulad ng dati, hawak-hawak nito ang *iPad* na para bang nakadepende ang buhay nito roon. Ngumiwi na lang siya bago nagdire-diretso sa kuwarto para magpalit ng damit-pambahay.

Nasa labas na siya ng kuwarto upang bumaba at magsaing nang makarinig siya ng isang hikbi. Kumunot ang noo niya, pinakiramdaman ang paligid. Nang makumpirmang may umiiyak ay mas tinalasan niya ang pandinig para malaman kung sino iyon at kung saan nanggagaling ang tunog.

Dahan-dahan siyang lumapit sa isang kuwartong may berdeng pinto, ang kuwarto ni Clarisse, at inilapit ang tainga roon. Mas lumakas ang naririnig niyang pag-iyak. Kumpirmado, doon nga nanggaling ang iyak!

Agad siyang kinabahan. Ano'ng dapat niyang gawin? Pasukin ang kuwarto, katukin o magkunwaring wala siyang narinig? O dapat ba niyang tawagin ang Tiya Jenny niya para ito na ang kumausap sa anak na umiiyak?

Sa huli, naisip niyang pinakamainam kung tawagin na nga lang niya ang kaniyang tiyahin. Nagmadali siyang kumilos para bumaba ngunit nasa ikalawang baitang pa lang ay natigilan na siya.

"Si Ate Clarisse nga ba talaga 'yong umiiyak?" tanong niya sa sarili.

Napakamot siya sa batok.

E, pa'no kung hindi?

Teka, sino pa ba? Wala namang ibang babae sa bahay na 'to kundi si Tita at Ate Clarisse.

Pero paano kung may bisita pala tapos 'yun ang umiiyak?

Bumuntong-hininga siya sa dami ng tanong na naglalaro sa kaniyang isipan. At dahil puno na siya ng pagdududa, bumalik siya sa tapat ng kuwarto ng kaniyang pinsan. Muli niyang inilapit ang tainga, nakinig at kinilabutan dahil hindi pa rin tumitigil ang iyak na nagmumula sa kuwartong iyon.

Pumikit siya at dahan-dahang pinihit ang seradura ng pinto. Halos dumugo na ang labi niya mula sa mariin niyang pagkagat doon pero hindi niya iyon alintana. Nang mabuksan nang kaunti ang pinto, bahagya siyang sumilip sa loob. Unang tumambad sa kaniya ang isang *cabinet* na kulay puti at sa taas nito'y mga medalya, tropeyo, ribbon, at kung ano-ano pang katibayan na matalino ang pinsan niya. Iginala niya ang paningin sa loob at doon niya nakita ang nakatalikod na pigura ng kaniyang Ate Clarisse. Taas-baba ang balikat nito dala ng labis na pag-iyak. Nakayuko rin ito at umiiling-iling pa.

Lumunok siya nang maraming beses. Habang nag-iisip ng gagawin ay napapitlag siya dahil sa isang tapik sa kaniyang balikat.

"Anong ginagawa mo riyan, Toto? Sinisilipan mo ba ang pinsan mo?"

Kinilabutan siya sa matigas at nakakatakot na boses ng kaniyang tiyahin. Mabilis siyang humarap dito at nagtaas ng kamay sabay senyas na hindi siya naninilip.

"Hindi po! Hindi po! U-umiiyak po kasi si Ate kaya tiningnan ko po."

Kumunot ang noo nito at pinatabi siya. Binuksan nito ang pinto saka nilapitan ang anak. Siya nama'y hindi malaman ang gagawin, kung mananatili ba siya sa kinatatayuan malapit sa pinto o aalis na. Pero ayaw niyang umalis, gusto rin niyang malaman kung ano'ng nangyayari sa kaniyang pinsan.

"Bakit ka umiiyak?"

"Mama, bakit ka nandito?!" impit na sigaw ni Clarisse.

Muling sumilip si Toto sa loob ng kuwarto. Nakatayo ang kaniyang tiya sa paanan ng kama habang nakaupo pa rin ang pinsan niyang ngayon ay nakaharap na mula sa kinatatayuan niya.

"Bakit ka umiiyak? May *boyfriend* ka, nag-away kayo?"

Umiling ang dalaga at inilahad ang kamay na may hawak na *cellphone.*

"Anong meron d'yan? Tinext ka ng *boyfriend* mo, nakikipag-*break* sa 'yo?" tiim-bagang na saad ng tiyahin niya.

"Ma naman! Tingnan n'yo, drama 'tong nasa *cellphone* ko. Nanonood ako, e nakakaiyak," paliwanag nito.

Napakamot si Toto sa leeg sa narinig. *Ha? Umiiyak dahil sa pinapanood?*

"Diyos ko ka naman! 'Wag ka ngang manood ng ganyan at mukha kang namatayan d'yan sa kaiiyak mo. Akala ko naman kung ano nang nangyari sa 'yo. Bumaba ka na't tulungan mo 'kong maglista ng mga bibilhin para sa pista. At nga pala, may kumuha sa 'kin para maging ahente—"

Marami pang sinabi ang Tiya Jenny niya pero natatawang naglakad na lang siya paalis. Hindi siya makapananiwalang ang iyak nitong parang wala nang bukas ay dahil lang pala sa isang palabas. Akala niya, may sakit ito, o baka napagalitan, ayun naman pala'y nakikisimpatya lang sa nangyayari sa buhay ng isang karakter sa pinanonood nito.

Bigla niyang naalala ang Lola Sida niya, hindi man ito mahilig manood, minsan na rin niya itong nakitang umiyak sa isang pelikula. Pero tahimik lang ang pagluha nito, hindi katulad ng sa pinsan niyang hagulgol kung hagulgol at may pag-alog pa ng balikat.

Umiling-iling siya at tinungo ang kusina. Nagsalang siya ng sinaing na mabilis lang namang gawin dahil *rice cooker* ang gamit niya. Hinugasan na rin niya ang mangilan-ngilang tasa at plato sa lababo. Wala pang sampung minuto ay tapos na siya. Abala na siya sa pagtataob ng mga hinugasan nang dumating si Clark na parang pagod na pagod. Dumiretso ito sa kaniya at humingi ng baso. Inabutan naman niya ito kahit na nasa isip niya: *May kamay ka naman, ba't ako pa ang kukuha?*

Sinundan niya ng tingin ang pinsan. Uminom ito ng tubig. Naghubad ng uniporme at sapatos bago umakyat. Makalipas ang halos labinlimang minuto ay bumaba rin ito, nakapagpalit na at mukhang nagpabango pa. Hinintay niyang iayos nito ang uniporme at sapatos na itinambak lang nito sa upuan ngunit hindi nito iyon pinansin. Hinintay niyang ilagay nito ang baso sa lababo at hugasan pero pinabayaan lang nitong nakabalandra ang baso sa lamesa. Hanggang sa tuluyan na itong lumabas ng bahay at nagsisigaw, nagyayayang makipaglaro sa iba pang mga bata.

Bumuntong-hininga na lang siya at nailing.

KINABUKASAN, maaga siyang bumangon para maghanda sa pagpasok sa eskuwela. Hindi na siya nagtaka nang alas-sais pa lang ay nandoon na siya kahit alas-siyete pa ang umpisa ng klase. Mabuti na lamang at hindi lang pala siya ang nag-iisang estudyanteng maagang pumasok noong araw na iyon. Pagdating niya, natanaw na niya ang mangilan-ngilang estudyanteng nagtatawanan sa gilid ng *stage* sa gitna ng kanilang eskuwelahan. May iba ring naghahabulan, naglalakad, nagbabasa ng libro at abala sa paggamit ng *cellphone.*

Dumiretso siya sa silid-aralan nila. Tatlo pa lang ang tao roon, pang-apat siya. Tumango lang siya sa mga ito at umupo na sa upuan niya. Pinatay niya ang oras sa pagtitig sa *blackboard,* pagtapik ng kamay sa *desk* at pagbuntong-hininga. Unti-unting dumami ang tao, umingay ang paligid. Tumagaktak ang pawis niya sa init. Pinunasan niya iyon ngunit may bagong pawis na nabubuo sa gilid ng noo niya.

Umaga pa lang pinagpapawisan na 'ko, paano pa mamaya? Bakit kasi iisa lang ang electric fan? sa isip-isip niya.

Naalala niya si Koko at ang taon-taon nitong pagdo-donate ng *electric fan* sa eskuwelahan nila sa Barangay Marikit. Malaking tulong iyon sa kanila dahil sa dami ng naiambag na electric fan ni Koko, naging maginhawa na ang araw-araw nilang pagpasok sa paaralan.

Dumating na ang guro nila sa *Mathematics* pagpatak ng alas-siyete. Umaasa siyang hindi muna ito magtuturo tulad kahapon dahil wala pa talaga siya sa huwisyong makinig pero agad nagsulat ng *Math problem* ang guro niya at nalusaw lahat ng enerhiya niya sa katawan. Ayaw niya ng *Math.* Mali, gusto niya pala iyon, gusto niya ang lahat ng *subject,* pero parang ayaw sa kaniya ng mga iyon. Sa tuwing nag-aaral siya, para siyang nanliligaw sa isang babaeng ayaw naman sa kaniya. Para siyang nanunuyo sa isang dalagitang walang ibang ginawa kundi tumakbo palayo.

Hindi na siya nagtaka nang matapos ang ilang klase nila na wala masyadong pumasok sa utak niya. Marami siyang nakopya, nagkalaman ang mga *notebook* niya, pero ang utak niya, hindi. Halos buong araw siyang aburido sa magkahalong inis sa sarili at sa init na nararamdaman. Maging sina Allen, Jilian, Miguelito at Donald ay hindi siya nagawang kulitin.

Umaliwalas lang ulit ang mukha niya nang dumating ang kaniyang guro sa Filipino—ang mabait na si Bb. Almeniana. Hindi niya pa rin nalilimutan ang isinulat nito sa papel niya kahapon. Malaking bagay iyon para sa kaniya. Kaya talagang pinilit niyang makinig sa mga sinasabi nito. Gusto niyang tumatak sa isip niya ang itinuturo nito sa kanila tungkol sa *pangngalan.*

Pagkatapos ng isa't kalahating oras ay nagpaalam na ito. Tapos na ang klase nila sa Filipino. Naglalakad na palabas ang guro nang maramdaman niyang gusto niya itong makausap at pasalamatan. Hindi na nga siya nagpatumpik-tumpik pa't agad na humarang sa daan nito. Bagama't halatang nagulat, ngumiti pa rin ito sa kaniya. Siya nama'y napakamot sa batok.

"May tanong ka ba?" anito habang nakangiti.

"A-ano po..." Lumingon siya sa paligid at napansing nakatingin na pala sa kaniya ang lahat ng mga kaklase. Yumuko siya. "Salamat po sa isinulat n'yo sa papel ko... namin. Ako po si Toto— "

Nanlaki naman ang mga mata nito. "Toto O?"

Umawang ang kaniyang labi. Gusto niyang itama ang guro at sabihing Toto lang talaga ang palayaw niya ngunit naunahan na siyang magsalita ni Allen.

"Opo, Ma'am! Siya po si Toto O... Ang batang sumusumpang palaging magsasabi ng katotohanan!"

At doon siya nagsimulang maging Toto O.

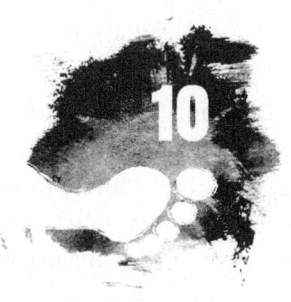

PISTA. Isang okasyong talagang gustong-gusto ni Toto. Noong nasa Barangay Marikit sa San Agustin pa siya, talagang natutuwa siya sa makukulay na palamuti at masasarap na pagkain tuwing sasapit ang araw ng pista. Kinagigiliwan niyang panoorin ang masasayang mukha ng mga tao habang nagluluto ng kung ano-anong putaheng nasa malaki, katamtaman o maliit na kawa. Hindi rin mawawala ang mga minatamis na talagang nagpapatamis sa mukha ng mga kumakain—halayang ube, *leche flan*, macapuno, gulaman, at ang iba't ibang uri ng *salad* (*macaroni*, buko, *fruit*, *vegetable*). Napapangiti rin siya sa malalakas na tugtog sa iba't ibang bahay dala ng *videoke*.

Ang pinakaikinamamangha niya ay ang biglaang pagdami ng mga kagamitan ng mga tao sa kusina. Ang mga naggagandahang tasa, plato, mangkok at kutsara ay biglang naglalabasan mula sa taguan.

Abala nga siya sa paghuhugas ng mga pinakatago-tagong gamit sa kusina dahil puro alikabok ang mga iyon. Sa labas ng bahay niya piniling maghugas, sa tabi ng kalsada kung saan may gripo at malakas ang tubig. Puno ng bula ang payat at maitim niyang balat. Sisipol-sipol pa siya at patingin-tingin sa paligid habang naghuhugas. Nang matanaw ng paningin niya si Allen ay agad siyang yumuko, pero huli na, nakita na siya nito. "Toto O." sigaw nitong nakapagpangiwi sa kaniya. Lalo pa siyang napangiwi nang makisigaw na rin ng Toto O. ang iba pang mga bata sa paligid.

Sa tingin niya, unti-unti na talagang kumakalat ang bago niyang palayaw. Ipinagkakalat kasi iyon nina Allen at Jilian mula eskuwelahan hanggang sa lugar nila. Sinasabing siya si Toto O., ang batang tapat at totoo, sabay tawa ng mga ito. Hindi tuloy niya alam kung matutuwa siya o maaasar. Matutuwa dahil isa siyang batang tapat at totoo. Maaasar dahil sa kabila noon, pinagtatawanan naman siya ng mga ito.

Ilang beses niyang kinulit ang dalawa na itigil na ang pagpapakalat sa bago niyang palayaw dahil masaya na siya sa palayaw niyang Toto, pero hindi naman siya pinakikinggan ng mga ito. Kaya hindi na siya magtataka kung isang araw ay wala nang tumawag sa kaniya ng Toto lang, lahat magdudugtong na ng O sa dulo.

"Sipag natin, a?"

Ngumiti si Allen sa kaniya. Kitang-kita niya ang malalaki nitong ngipin sa unahan at nanliliit na mga mata. Payat din ito, pero mas payat pa rin siya. Tirik-tirik ang buhok ng kaibigan at palaging nakapormang waring aakyat ng ligaw. Polo at pantalon ang madalas nitong suot kahit maglalaro lang naman sila.

"Gano'n talaga," sagot na lang niya.

"Bakit hindi si Clark ang naghuhugas? Nakita ko 'yon, naglalaro lang sa kanto. Kasama na naman 'yong mga tropa niyang mahilig magmura."

"Hindi naman nagmumura si Clark, pero minsan astang sanggol. Ipinag-iinit pa ng tubig 'yon tuwing umaga panligo."

"Anong hindi nagmumura? Palamura 'yon! Tagal mo na r'yan sa kanila, hindi mo pa alam ang ugali no'n? Saka *baby* damulag nga 'yon, palaging tinutukso ng iba."

Nagkibit-balikat na lang siya.

"May palaro sa *basketball court*, sali tayo, Toto O," anyaya nito.

Ipinagpatuloy niya ang paghuhugas. "Hindi ba dapat magsimba muna?"

"Ha? Malayo-layo ang simbahan, kaya magdasal ka na lang, parehas na rin 'yon."

"Sa 'min kasi sa Barangay Marikit, unang ginagawa ng mga tao tuwing pista, nagsisimba."

Tumango ito. "Astig pala kayo ro'n! Siguro mahal na mahal kayo ni Lord, dito kung magsisimba ka ngayon, siguradong binyagan ang aabutan mo. Misa tapos binyag. Ano, sasama ka sa *court*, Toto O?"

"Oo na, basta magdasal ka rin, ha? Saka 'wag mo na 'kong tawaging ganyan," aniya.

Ngumuso naman ito. "Bakit? Ang ganda nga, e. Hayaan mo na kasi! Basta bilisan mo, punta na tayo ro'n, baka simula na."

Pumalatak siya bago nagsimulang magbanlaw. "Bahala ka nga. E, ano bang palaro?"

"Madami. Maghuhuli ng biik, palosebo, agawang buko. Ngayon kasi para sa mga bata ang palaro. Bukas, puro *contest* na. Pagalingang kumanta, sumayaw, magpatawa, kumain ng alambre." Tumawa ito.

"Talaga? Dapat pala sumali ako sa kantahan."

Lalo pang nanliit ang mga mata ni Allen. "Magaling kang kumanta?"

Umiling siya. "Marunong lang."

"Loko! Wala kang pag-asang manalo kung marunong ka lang! Alam mo bang mga ubod ng galing ang sumasali sa *singing contest* dito sa 'tin? Mga dayo sila," anito sabay taas-baba ng kilay.

"Dayo rin naman ako, a?"

"Ibang dayo sila. Ikaw, dayo, pero dito nakatira pansamantala. Sila, dayo, at sa ibang barangay nakatira, hindi rito sa Sto.

Domingo. May iba pa ngang hindi talaga taga-probinsiya ng Balagtas, 'yong iba galing pang Maynila."

"May dumadayo nang gano'n kalayo?" Nanlaki ang mga mata niya. Pinatay niya ang gripo hudyat na tapos na siyang maghugas.

"Oo naman. Malaki premyo, e. Singkuwenta mil, daming *budget* ng barangay natin." Ngumisi si Allen.

"Ba't mo naman alam... ano, bakit—"

"Ba't ko alam 'yong mga alam ko?"

Tumango siya.

"Tanod si Tatay, hindi mo ba alam? Saka si Nanay, alam no'n lahat. 'Pag nagkukuwentuhan sila, naririnig ko."

Nailing na lang siya rito.

———

TALUNAN siya sa panghuhuli ng biiik. Hindi kinaya ng kaliksihan niya ang kaliksihan ng biik na kailangang hulihin. Nakailang gulong, dulas at higa na siya sa putikan, ngunit hindi pa rin niya nahuli ang dapat hulihin. Nang mapagod, hindi na siya nag-abala pang makisabay sa iba pang kabataang walang sawang sumusugod sa maliit na baboy. Tumayo na lang siya mula sa pagkakahiga at lumapit sa dalagitang maputi na may hawak na *hose* at tumapat dito para malinis niya ang sarili kahit paano.

"Puwedeng maligo na lang? Pahiram n'yang *hose*," aniya nang mapagtantong hindi niya gaanong malilinis ang sarili kung iba ang hahawak sa *hose*.

'Yon nga lang, umiling ang babae. "Hindi puwede. Konting banlaw lang ang puwede rito. Uwi ka na lang sa inyo kung gusto mong maligo." Ngumiti ito.

Gusto niya itong simangutan ngunit dahil nakahahawa ang ngiti ng dalagita'y napakamot na lang siya sa ulo at nangiti rin.

Ilang saglit pa ay may yumakap na sa balikat niya—sina Allen at Jilian pala. Tulad niya'y puro putik na rin ang mga ito at hingal na hingal na parang walang humpay na tumakbo sa kung saan.

"Bakit ka ngumingiti mag-isa?" Sabay sundot ni Jilian sa tagiliran niya.

"W-wala!" Pinilit niyang sumimangot, ngunit sa tuwing magsasalubong ang tingin niya at ng maganda't maputing dalagitang may hawak na *hose* at nakasuot ng bulaklaking damit at butas-butas na pantalon ay napapangiti siya.

Waring nahuli ni Allen ang dahilan ng pagngiti niya kaya pumalakpak ito. "Aba, may *crush* ka kay Samantha?"

"Kay Sammy?" nangingiting sabat ni Jilian. "Sa bagay, marami talagang may gusto kay Sammy. Kaya 'wag ka nang umasa, Toto O." Ngumisi ito.

"Oo nga, 'To, sa iba na lang. Mahirap abutin 'yan. Mayaman, matalino, mabait, 'yong tatay pa n'yan nakakatakot, 'yong nanay mabait pero nakakatakot 'pag nagalit. May tatlo 'yang kapatid, puro lalaki, mga nakakatakot din. At 'wag ka, *close* sila ni Kuya Kevin, magkababata. *Sixteen* na kasi 'yang si Samantha. *Thirteen* ka lang, 'di ba? Mas gusto ng mga babae 'yong kaedad lang nila o 'yong mas matanda nang konti. Isa pa, bata pa tayo, uso mag-aral muna," mahabang litanya ni Allen. Tumango-tango naman si Jilian na parang sumasang-ayon sa lahat ng sinabi ng kaibigan.

"Pero kung talagang gusto mong humanap ng inspirasyon, dito ka na lang kay Jilian. Hindi gaanong maganda, hindi gaanong mabait, hindi gaanong matalino—aray ko!" ani Allen matapos siyang hampasin sa likod ng nanggagalaiting si Jilian. "Hindi pa naman ako tapos, nanghahapas ka na!"

"Ang lakas mo kasing manlait!"

"Hindi pa nga tapos kasi, patapusin mo muna ako!"

"Para ano? Lubog na lubog na 'ko sa panlalait mong bugok ka!"

Napangiwi siya sa sigawan ng dalawa. Sa hitsura ng mga ito'y parang handa ang magkaibigang magsuntukan kahit ang isa'y babae at ang isa'y lalaki. Pumagitna siya sa dalawa ngunit itinulak lang siya ni Jilian at sinabihang 'wag makialam. Napakamot na lang siya sa ulo. E 'di sige, bahala kayo, bulong niya sa sarili.

Tumingin na lang si Toto sa paligid at nakitang abala pa rin sa paglalaro ang mga kabataan at mukhang may nanalo na sa wakas sa paghuli sa maliksing biik na sinukuan nilang magkakaibigan. Nang muli niyang ibaling ang tingin sa dalagitang may hawak ng hose, kay Samantha o Sammy, napangiti siya. Ang ganda talaga nito, umaalon ang kulot nitong buhok na hanggang balikat at namumungay ang mga mata. Para itong bituin sa kalangitan, maganda't marikit. 'Yon nga lang, tulad din ng bituin, hanggang tingin na lang siya.

Napapitlag siya nang may tumapik sa kaniya at tumabad ang nakabusangot na mukha ni Allen. Hinanap ng mga mata niya si Jilian ngunit hindi niya ito makita.

"Ano'ng nangyari? Nag-away talaga kayo?" natatawang tanong niya.

"Nagalit, umalis, nilalait ko raw siya," anito.

"Bakit mo naman kasi sinabing hindi siya gaanong maganda, hindi gaanong matalino at hindi gaanong mabait?"

Kumunot ang noo ni Allen. "Hindi naman talaga, e."

Humagalpak siya ng tawa at inakbayan ang kaniyang kaibigan. "Ang sama mo, Boy!"

Bahagya siyang natigilan sa lumabas sa bibig niya—"boy" ang madalas nilang tawagan nina Koko, Sim at Teroy. Kumusta na kaya ang mga ito? Nami-miss na kaya siya ng mga ito? Masaya pa rin kaya ang tatlo? Teka, tatlo pa rin kaya ang mga ito o dumami na nang dumami? Nakalimutan na kaya siya? Napalitan? Umiling-iling siya at iwinala sa utak ang mga naiisip.

"Hindi mo dapat sinabi 'yon, kaibigan natin 'yon, e," sabi na lang niya.

"Nagsabi lang naman ako ng totoo. Saka kahit naman hindi siya gaanong maganda, matalino o mabait, gusto ko siya... sasabihin ko sana kaso hindi niya 'ko pinatapos," naiiling na sambit ni Allen.

Nanlaki ang mga mata niya. "Teka, gusto? Gusto na gusto?"

"Oo, gusto. Matagal na. Hindi ko lang sinasabi kasi bata pa naman kami. Sabi ni Nanay, mag-aral muna. Kanina muntik ko nang maamin, pero buti na lang nagalit siya at umalis."

Umawang ang kaniyang labi. "Bakit naman mabuting nagalit siya at umalis? Ang gulo mo, akala ko ba gusto mo si Jilian?"

"Oo nga, pero nangako ako kay Nanay na mag-aaral akong mabuti at hindi magnonobya hanggang hindi nakapagtatapos sa pag-aaral. Ako pa ang magpapaaral sa mga kapatid ko kasi wala na kaming aasahan kay Ate Dulce."

"Ate Dulce?" nagtatakang tanong ni Toto.

"Oo." Dahan-dahang tumango si Allen sabay buntong-hininga. "Bago ka nga pala rito. Mga dalawang buwan kasi bago ka dumating dito, nagulo ang pamilya namin. Nabuntis si Ate, *third year college* siya. Tuwang-tuwa pa naman si Nanay kasi malapit nang makapagtapos, tapos nagpabuntis lang."

Napalunok siya sa narinig. Sa dami ng sinabi ni Allen, iilang salita lang ang tumatak sa kaniya. *Nabuntis. Third year college.* Mga salitang talagang pamilyar sa kaniya. Mga salitang naglalarawan din sa kaniyang ina.

"A-ano'ng nangyari?" Parang may kung anong nagbara sa lalamunan niya. Gusto niyang diretsong itanong kung pinanagutan ba ito ng nakabuntis dito, at kung hindi, ano nang mangyayari sa bata? Sa paglaki nito'y wala itong kikilalaning ama? Paano kung makatagpo ng bagong pag-ibig ang sarili nitong ina? Paano na ang bata? Matutulad ba sa kaniya?

"Ayaw ni Nanay do'n sa lalaki. Tambay, e. Buti raw sana kung nag-aaral o kung nagtatrabaho, pero tambay, ano nga namang mapapala ro'n ni Ate? Kaya pinaglayo sila. Matapang si Nanay, sabi niya, kami ang bubuhay sa anak ni Ate. Hindi na kailangan ng ama ng bata."

"Tapos?"

"E, mahal ni Ate. Mahal din siya no'ng lalaki... siguro. Kaya nagtanan 'yong dalawa."

"Talaga?" Napanganga siya.

"Oo, parang telenobela 'no? Hanggang ngayon wala pang balita kung nasaan sila. Noong una, panay ang hanap nina Nanay at Tatay kay Ate, pero natanggap na rin yata nila o baka ayaw na lang nilang maalala kaya hindi na napag-uusapan sa bahay."

Napalunok siya sa kawalan ng sasabihin. Ang buhay talaga ng tao, hindi alam kung paano iikot. Iisang sitwasyon, magkakaiba ng kinahihinatnan. Ang lahat ay nakadepende sa desisyon ng mga taong bahagi ng sitwasyon. Kung pinanagutan ng kaniyang ama ang kaniyang ina, siguradong mag-iiba ang buhay niya. Kung hindi nag-asawang muli ang nanay niya, iba ulit ang puwedeng mangyari sa kaniya.

"Kaya nga talagang tinutupad ko ang pangako ko kay Nanay. Ayokong maranasan ulit nila na suwayin sila ng anak. Kung umamin ako kay Jilian, siguradong makakarating 'yon kay Nanay. Alam mo naman 'yon, walang hindi nalalaman. Kaya 'wag mong sasabihin kay Jilian 'yong sinabi ko sa 'yo. Saka na lang 'pag may maipagmamalaki na ako."

Tumango siya at tuluyang namangha sa kaibigan. Sa isip-isip niya, gusto niya itong tularan. Pag-aaral muna bago kasintahan. Hindi lang para sa kaniya at sa Lola Sida niya, kundi para na rin sa mga buhay na maaaring maapektuhan ng mga desisyon niya.

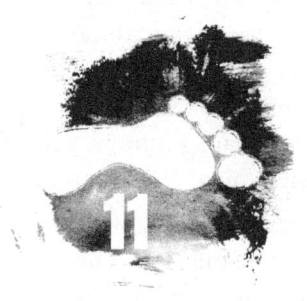

MAKALIPAS ang dalawang araw ng pista, balik na sa normal ang buhay ng mga tao sa Barangay Sto. Domingo. Parang panaginip na lang para kay Toto ang mga pangyayari, isang magandang panaginip. Sa unang araw ng pista, nakakain siya ng pagkaing hindi madalas matikman ng kaniyang bibig, walang sawang uminom ng *soft drinks* at *juice*, nanghuli ng biik sa putikan, nahulog sa palosebo, nakisaya sa mga baklang nagbabahay-bahay at nagbubuga ng apoy habang sumasayaw, sumama sa prusisyon, nagpakasaya... sobra.

Sa ikalawang araw, iba't ibang putahe na naman ang kaniyang nilantakan, iba't ibang bahay ang pinasukan, sumakay sa *ferris wheel* sa maliit na peryang itinayo malapit sa kanilang eskuwelahan, nanood ng mga patimpalak, nakakita ng artistang hindi niya matandaan ang pangalan, tumawa nang tumawa sa pagsuyo ni Allen sa galit na si Jilian (nagkabati na ang dalawa matapos ang katakot-takot na sigawan), umuwi nang gabing-gabi, napagalitan dahil hindi siya nagpaalam, pero walang sermon ang nakapag-alis ng ngiti sa kaniyang mukha, at walang hugasin ang sumira sa magandang araw niya. Natulog siya nang nakangiti.

Nang magising kinabukasan ay para siyang nagising mula sa isang magandang panaginip. Nag-inat siya at tinapik ang mukha. Hindi pa rin niya malimutan ang mga nangyari sa dalawang araw na nakalipas. Naisip niyang mas masaya siguro kung kasama niya ang kaniyang lola at mga kaibigan sa Barangay Marikit. Naisip niyang kapag umuwi siya, ikukuwento niya ang lahat ng nangyari sa kaniya. Napangiti siya sa sarili.

Pero agad napawi ang kasiyahan niya at napalitan ng pagtataka nang mapansing wala na siyang katabi sa kama. "*Anong oras na?*" naguguluhang tanong niya sa sarili.

Kung wala na ang mga pinsan niya, siguradong tanghali na! Si Clark, nagigising ng alas-otso, habang ang Kuya Kevin niya, alas-onse na gumigising 'pag walang pasok. *Teka, anong walang pasok?* Nanlaki ang mga mata niya. *May pasok, tapos na ang pista!*

Nagmamadali siyang tumayo at hinanap ang orasang minsan ay nakikita niya sa kuwarto nila. Oo, minsan lang. Para kasing may sariling paa ang orasan na iyon, kung saan-saan niya nakikita. Minsan nasa kuwarto nila, minsan nasa baba, minsan nasa kusina. Hindi niya alam kung sino ang naglilipat-lipat niyon at kung bakit kailangan pang ilipat. Nang mapagtantong wala ang orasan sa kuwarto ay napasimangot siya. Mabilis niyang inayos ang kama at nagtatakbo na pababa.

"H'wag ka ngang tumakbo, Toto O. Tulog pa si Ate, patay ka 'pag nagising 'yon," anang pinsan niyang si Kevin na nakakunot ang noo habang abala sa pagkakape.

Binagalan niya ang lakad. *Toto O.* Gusto niyang mailing dahil pati ang pinsan niya'y iyon na ang itinatawag sa kaniya— siguro'y narinig sa mga kabataan sa labas. Natatakot pa rin siya kay Kevin. Alam niyang may pagkasiga ang pinsang ito kaya hangga't maaari, hindi niya ito sinusuway o ginagalit.

Mabagal siyang naglakad at hinanap ang orasan. Sa gilid ng TV niya iyon nakita. Napanganga siya nang unti-unting makita ang oras na sumisigaw sa mukha ng malaking orasan—9 AM. Bumuntong-hininga siya. Hindi na siya nakapasok para sa araw na iyon. Kung bakit kasi nalimutan niyang may pasok. At kung bakit ba walang nag-abalang gumising sa kaniya.

Mabigat ang balikat na dumiretso na lang siya sa kusina para mag-*toothbrush* at mag-almusal na rin. Nando'n pa rin ang pinsan niyang hanggang ngayo'y hindi pa tapos sa pagsimsim sa kape.

Lumunok siya matapos magsipilyo at maingat na naglakad patungo sa mga plato. *Hindi ako magsasalita. Bibilisan ko ang kilos,* aniya sa sarili. Matatapos na siya sa pagsandok sa pagkain nang biglang magsalita ang pinsang kinatatakutan niya.

"Bakit hindi ka pumasok? Pumasok si Clark."

Ibinaling niya ang atensiyon dito. Hindi ito nakatingin sa kaniya, abala ito sa pagpindot sa *cellphone* nito.

"A-ako po?" inosenteng tanong niya.

Tumunghay naman ito. "May iba pa bang tao rito?"

Gusto niyang mangiwi pero pinilit niyang tumawa. "Tinanghali ng gising."

Tumango lang ito. "Pa-*load*-an mo 'ko pagkatapos mong kumain." Naglapag ito ng bente pesos sa mesa at isang papel kung saan nakasulat ang numero nito.

Dahan-dahan siyang tumango kahit hindi na ito nakatingin dahil naglakad na ito paalis.

NANLALAKI ang mga matang tiningnan ni Toto sina Allen at Jilian na parehong nagtatawanan habang papunta sa tindahan kung saan siya nagpa-*load*. Nang makita siya ni Jilian ay kumaway ito at sumigaw.

"Toto O." Lumapit ang mga ito sa kaniya.

"Hindi rin kayo pumasok?" namamanghang tanong niya.

Dumiretso si Allen sa loob ng tindahan at narinig niyang suka at toyo ang binibili nito. Tumabi sa kaniya si Jilian kaya dalawa na silang nasa may bukana ng tindahan.

"Anong hindi pumasok? Wala naman talagang pasok," ani Jilian.

Kumunot ang noo niya. "Wala?"

"Hindi mo alam?! Miyerkules hanggang Biyernes tayong walang pasok, a? Miyerkules, pista. Huwebes, pista. Biyernes, pahinga. Buong *school* 'yon! Sinabi 'yon sa 'tin ng *Math teacher* natin!"

Ngumiwi siya. "*Math time* naman pala sinabi, kaya pala hindi ko alam," bulong niya.

"Ano?"

Umiling na lang siya. Saktong tapos na ring bumili si Allen kaya nagsabay-sabay na silang naglakad pabalik sa kani-kaniyang bahay. Abala naman si Jilian sa pagkukuwento kay Allen na hindi niya alam na walang pasok ngayon. Tinawanan siya ni Allen, anito'y palagi raw siyang wala sa sarili. Paano raw siya papasa kung pati araw na walang pasok, hindi pumapasok sa utak niya? Hindi naman niya sineryoso iyon kahit na sa totoo lang, naisip niyang tama ang kaibigan.

Nang marating ang tinutuluyan ay nagpaalam na siya sa dalawa. Ngumiti lang ang mga ito at sinabihan siyang lumabas sa hapon para makapaglaro sila. Niyaya rin siyang mag-*computer* ni Allen pero tumanggi siya dahil wala siyang pera. Pagpasok niya sa loob ng bahay, walang taong tumambad sa kaniya. Hindi niya alam kung nasaan ang mga kasama sa bahay, siguro'y umalis o baka tulog pa kahit pasado alas–diyes na.

Nanlaki ang mga mata niya nang mapasadahan ng tingin ang *iPad* sa lamesa. Iyon yata ang unang pagkakataon na makita niya ang bagay na iyon nang walang humahawak. Umupo siya sa *sofa*. Tumayo. Umupo ulit. Gusto niyang abutin ang *iPad* at subukang gamitin; gusto niyang mag-*Facebook* tutal, may *Wi-Fi* sila. Napangiti siya dahil sa mumunting alaala niya sa salitang *Wi-Fi*.

Lumingon siya sa paligid. Naisip na kung wala pa ring taong magpapakita pagkabilang niya ng sampu, dadamputin na niya ang gamit sa mesa. Nagsimula siyang magbilang.

Isa. Dalawa. Tatlo.

Apat. Lima. Anim. Pito.

Pansamantala siyang huminto. Tumayo. Lumapit sa mesa, ilang saglit pa'y nagpatuloy rin.

Walo.

Siyam.

Ngiting-ngiti na siya habang nakatayo at akmang aabutin ang *iPad* nang makarinig siya ng yabag mula sa hagdanan. Lumayo siya sa mesa at bumalik sa pagkakaupo sa *sofa*. Nakita niyang bumababa ang pinsan niyang babae sa hagdan habang nagsusuklay ng buhok. Halatang kagigising lang nito dahil hihikab-hikab pa ang dalaga at panay ang kusot ng mata.

Mabait naman 'tong si Ate Clarisse, pahihiramin ako nito, sa isip-isip niya.

Nang tuluyan na itong makababa ay tumikhim siya at pinilit magsalita, "Ate, pahiram ako ng *iPad.* Saglit lang, magfa-*Facebook* lang ako."

Tumingin ito sa kaniya, tumingin sa *iPad* na nasa mesa, saka ito dahan-dahang tumango. Nagmamadali naman siyang kumilos para makuha ang *gadget* at magamit. Hindi naman iyon mahirap gamitin dahil pagbukas pa lang niya, tumambad na sa kaniya ang letrang F. *Application* para sa *Facebook.* Pinindot niya iyon at mabilis inilagay ang *e-mail address* at *password* niya.

Habang abala sa pagba-*browse* ng mga *status* sa *news feed* ay nagsalita muli ang pinsan niya.

"Saglit ka lang, ha? Magsusulat ako, e."

"Magsusulat po?"

"Oo, ng kuwento."

Tumango na lang siya kahit hindi siya sigurado kung ano ang ibig nitong sabihin. Nagkibit-balikat siya saka nag-*accept* ng mga bagong *friend request*, nag-*reply* sa mga *chat*, nag-*like* ng madaming *picture* at kung ano-ano pa. Nanginig ang kamay niya nang makita sa gilid na *online* ang kaibigan niyang si Koko.

Tumipa siya ng tatlong letra at isang bantas saka mabilis na pinindot ang *send* sa *chat box*. At doon tuloy-tuloy na nga silang nag-usap.

> Toto Olep: boy!
> *Seen 10:34am*
>
> Koko QT is typing ...
> Koko QT: hLa Boy NabUhay Ka
>
> Toto Olep: Oo! Pinagamit ako ng punsan ko ng
> ipad. Musta?
> *pinsan
>
> Koko QT: sAkto LUngs, BoY. uWi ka Na! IkAw MusTa?
> Koko QT is typing ...
> Koko QT: mAayos din si Teroy At Sim. PaTi Lola
> mO. OKay Lang. DaLaSan mo Pag Online pAra Chat
> ChAt Tau.
>
> Toto Olep: Buti naman ayos lang kayo. May mga
> kaibigan na ko dito pero kayo pa rin the best.
> Pakitingnan-tingnan si lola. Inagt kau dyan.
> * ingat
> *Seen 10:46am*
>
> Koko QT: oU. IkAw dN. WaG mO kMi PagPalit. In-
> gaT kDyan. BAlik Ka AgAd bAgo kA NamIn PaliTan.
> EhEHEHE. Txt mo Kou, meH CP nA Ko bIgay ni DaD.
> 09061923911.

Magre-*reply* na sana siya nang may sumigaw mula sa taas.

"Clarisse! Kevin!" Boses iyon ng Tiya Jenny niya.

Napatayo siya. Maging ang Ate Clarisse niya ay tumayo rin kahit puno pa ang bibig dahil sa kinakain. Lumunok ito bago sumagot sa ina.

"Bakit, Ma?"

"Pumasok ba ang kapatid n'yo? Sinong nag-asikaso? Kumain ba 'yon? Tinaghali ako ng gising sa sobrang pagod kahapon. Ang tatay n'yo ba kumain din bago pumasok sa trabaho? Sana pala'y nag-*alarm* ako," tuloy-tuloy na sabi nito habang bumababa ng hagdan.

Ibinaling ni Toto ang tingin sa hawak niya saka nag-*log out* na sa *Facebook*. Itinabi na niya ang *gadget* sa mesa. Nahihiya siyang makita ng tiyahin na nakikigamit siya ng *iPad*.

"Si Kevin ang nag-asikaso kay Clark. Tinanghali rin ako ng gising, Ma. Si Papa, hindi ko *sure* kung kumain ba. Baka nagkape lang 'yon."

"Buti naman at nakapasok si Clark," anang tiyahin niya. "Sana'y kumain si Obet. Marami namang ulam, e. May menudo, caldereta, mechado, kinilaw, dinuguan, pochero at inihaw na isda pa naman d'yan."

Marami pa itong sinabi ngunit wala na siya halos maintindihan dahil sa mga bagay na napagtagpi-tagpi niya. Umawang ang labi niya sa mga naiisip. Bakit nga ba hindi niya agad napagtanto noong nakausap niya si Jilian at sinabi sa kaniyang walang pasok? Bakit hindi niya agad naisip ang pinsang si Clark. Si Clark na pumasok. Daw. Paanong pumasok ito gayong wala namang pasok? Bakit nagsinungaling ang pinsan niya? Nasaan ito?

Napatalon siya sa gulat nang marinig ang pangalan niya.

"Hoy, Toto!"

"P-po?"

"Sabi ko, kinukumusta ka ng Inay Sida, sabi ko naman ayos ka lang."

"Talaga po? Kinukumusta ako ni Lola? Siya raw po kumusta? Nakakakain po ba nang tama sa oras si Lola?" tuloy-tuloy niyang tanong.

"Maayos naman daw siya, kumakalap ng puhunan dahil magnenegosyo raw. Pero teka, bakit hindi ka pumasok?"

"E, ano po..." Lumunok siya. "Ano."

"Tinanghali ka ng gising, ano? Gabing-gabi ka na umuwi kahapon, e," natatawang sabi ng pinsan niyang babae.

Hindi na siya sumagot. Hindi na rin naman hinintay ng mga ito ang sagot niya. Isa na lang ang tumatakbo sa utak niya. Nagsinungaling si Clark kahit na alam nitong pareho sila ng eskuwelahan. Nagsinungaling si Clark kahit alam nitong puwede siyang magsumbong.

Ano'ng gagawin niya?

HINDI siya nagsalita. Hindi niya sinabing wala silang pasok. Hindi niya isinumbong ang kaniyang pinsan. Hindi niya alam kung bakit pero natatakot siyang magsalita. At bukod sa natatakot, iniisip niya ring wala siyang karapatang makialam. Kahit sa tingin niya rin ay meron talaga. Hindi tuloy siya mapakali.

Maya't maya ay inaabangan niya ang pagdating ni Clark. Naisip niyang kakausapin niya ito at pagsasabihan. Kahit hindi siya sigurado kung makikinig ito sa kaniya, ang mahalaga'y makausap niya ito.

Nang pumatak ang alas-sais ay nag-alala na siya. Wala pa ang pinsan niya. Alas-singko y media ang normal nitong uwi, alas-kuwatro ang uwian nila. Kabadong-kabado siya at hindi na nga siya sigurado kung tama ang inilagay niyang tubig sa kaniyang sinaing. Kung ano-ano ang tumatakbo sa utak niya.

Nagkamali ba siya? Dapat ba nagsabi siya agad? Dahil mukhang magkakaalaman din naman. Kung hindi pa uuwi si Clark, siguradong magtatanong na ang tiyahin niya. Mag-aalala ito. Maghahanap. Patay siya. Patay siya dahil hindi niya agad sinabi. Malaking problema.

Ilang minuto rin siyang nag-isip bago nagdesisyong lumabas para hanapin ang pinsan. Tiningnan pa siya ng Ate Clarisse niya na waring nagtataka kung bakit balisa siya pero hindi naman ito nagsalita.

Nagmadali siya sa pagkilos, ngunit isang hakbang pa lang ang nagagawa niya palabas ng bahay ay bumungad na sa kaniya si Clark. Nakasuot ito ng uniporme, pawisan, magulo ang buhok, may malaking ngisi kahit may bungi, wala man lang bakas ng kaba sa mukha. Tinapik lang siya nito sa balikat bago nagtuloy-tuloy sa pagpasok. Dahan-dahan niya itong sinundan ng tingin at nang mawala sa paningin ay sinundan na niya talaga ang pinsan, literal na sinundan.

Nakita niyang dumiretso ito sa refrigerator at naglabas ng tubig. Nakasukbit pa rin sa balikat ang bag nito habang umiinom.

"Nasa'n si Mama?" tanong ni Clark sa panganay na kapatid.

Hindi inalis ng dalaga ang tingin mula sa binabasa nitong libro nang sumagot, "Nasa taas, nagtitiklop ng damit. Bakit ngayon ka lang?"

Tumikhim si Clark. "N-naggawa ng project."

Kumunot ang noo ni Toto, ngunit hindi lang siya dahil pati ang pinsang si Clarisse ay natigilan din.

"First week of school, may project? Sino'ng niloko mo?" seryosong saad ng dalaga.

Lumakas ang kabog ng puso niya. Hindi naman siya ang nagsisinungaling pero pakiramdam niya, nararamdaman niya rin ang nararamdaman ni Clark. Paano, kung mahuhuli ito'y siguradong madadamay siya dahil sa hindi niya pag-amin na wala talaga silang klase. Siguradong iisipin ng lahat na pinagtatakpan niya si Clark, kahit ang totoo'y natatakot lang siyang makialam.

"Atat 'yong teacher namin, Ate. D'yan ka na nga, magpapalit ako ng damit," ani Clark saka lumakad patungo sa ikalawang palapag ng bahay.

Akala niya, tapos na ang pangamba niya ngunit nang tumayo ang Ate Clarisse niya at magsalita ay bumalik lahat ng takot at kaba niya.

"Pumasok ba talaga si Clark?" anito sa mababang boses.

Lumunok siya. Pinagpawisan nang malamig. Hinihiling na sana'y lamunin na lang siya ng lupa para hindi na niya kailangang sumagot sa tanong nito. Sa tanong na oo o hindi lang naman ang sagot pero pakiramdam niya'y ipinagso-*solve* siya ng mahabang *equation* na may kinalaman sa *logarithm*. Nahihilo siya, nasusuka sa pinaghalong takot, kaba, inis sa sarili at inis kay Clark.

Ang Ate Clarisse naman niya'y nanatiling nakatingin sa kaniya, nag-aabang ng sagot. Para tuloy siyang nasa isang pelikula at sa isip niya, ang eksenang kinapapalooban niya ngayon ay isang matinding eksenang may matindi ring *background music*—tunog na parang nakadadagdag sa kaba ng mga tauhan, mabilis, dumadagundong, nagmamadali.

Paglingon niya sa kaliwa, sa may bandang hagdanan, napagtanto niyang ang tunog na inaakala niyang sa isip niya lang naririnig ay totoo pala at doon nanggagaling. Tunog iyon ng mga yabag ng pinsan niyang si Clark habang nagmamadali sa pagbaba.

"Ano ba, Clark, umayos ka nga ng pagbaba!" saway ng ate nito.

Hindi naman nagpatinag si Clark at humahangos pa rin hanggang makarating sa huling baitang. Nakapagpalit na ito ng damit, suot ang isang itim na sando at pulang shorts na may tatak na *Lakers*. Bumaling ang tingin nito sa kapatid.

"Ate Clarisse, tawag ka ni Mama sa taas," anito saka nagbuga ng hangin.

Nanliit naman ang mga mata ni Clarisse at tiningnan pang mabuti si Clark bago dahan-dahang umakyat. Nang mawala ito sa paningin nila ay hinigit siya ni Clark patungo sa *terrace*.

"Narinig kong tinatanong ka ni Ate. Ngayon lang ba siya nagtanong? O nagtataka na sila kanina?" panimula nito.

Kinamot naman ni Toto ang kaniyang ilong. "H-hindi. Ngayon lang. Pero hindi mo dapat ginawa 'yon—"

"Hay! Buti naman. Kinabahan ako, akala ko nabuko na 'ko. Bakit ba naman kasi nawala sa isip kong may pinsan nga pala akong nag-aaral din sa eskuwelahang pinapasukan ko. Tang ina, dapat na 'kong mag-ingat nito. Baka maisumbong pa 'ko," mahinang sabi nitong nagpalaki sa mga mata niya.

"Anong sabi mo?"

"Wala. Tss. Basta 'wag ka lang makialam at magkakasundo tayo."

"Saan ka nagpunta kanina? Hindi mo ba alam na puwede akong magsumbong? Hindi mo ba naisip na sina Allen at Jilian e pumapasok din sa eskuwelahan natin? Paano kung nakita sila ni Tita tapos tinanong? Hindi mo ba naisip—"

"Bakla ka ba?" putol nito sa kaniya.

"Hindi," pirmi niyang sabi.

"Amputa, daldal mo, e. Lamya pa. Bakla ka yata, e. Pero hindi kita pinakikialaman kaya 'wag mo rin akong pakialaman. Anong masama kung sinabi kong pumasok ako kahit wala namang pasok? Wala naman, 'di ba?"

"Nagsinungaling ka," kunot-noo niyang tugon.

"Langya!"

Ikinuyom niya ang kamao. Naalala niyang bigla ang sinabi ni Allen tungkol kay Clark. Anong hindi nagmumura? Palamura 'yon!

Gusto niya ngang sugurin ang pinsan at sapakin para matauhan, pero alam niyang hindi siya ganoon, pinalaki siya nang maayos ng lola niya. Palagi siyang pinangangaralan nitong 'wag makipag-away. Hindi niya maintindihan si Clark. Bakit ganito magsalita ang binatilyo? Ganito ba talaga ito noon pa? Ang pinsan niyang kinaiinggitan niya dahil alagang-alaga ng buong pamilya, isa palang suwail na anak? Pumapasok sa gulo, nagsisinungaling, nagmumura. Ano pa bang hindi niya alam tungkol dito? At ano pa bang hindi niya alam tungkol sa mga taong pansamantalang nagsisilbing pamilya niya?

Ngumisi ito. "O ano naman? May naapektuhan ba sa pagsisinungaling ko? May nasaktan? Nag-*computer* lang naman ako, hindi naman ako nag-inom o nag-drugs kaya walang masama sa ginawa ko. Saka nagsinungaling ka rin naman, a? Hindi mo sinabi sa kanila 'yong alam mo."

"Hindi ako nagsinungaling! Hindi ko lang sinabi dahil natakot ako, pero kayang-kaya kong sabihin kay Tiya Jenny ngayon!" paangil niyang sabi.

"Ulol mo. Hindi mo kaya."

"Kaya ko!" aniya.

"Alin ang kaya mo, Toto? At bakit parang konti na lang e magsasapakan na 'yang mga itsura ninyo? Nag-aaway kayo?" ani Kevin habang naglalakad papasok ng bahay. Kunot ang noo nito at matalim silang tinitingnan. "Nag-aaway kayo?"

Lumunok si Toto nang ilang ulit bago dahan-dahang umiling. "Si Clark po, Kuya Kevin, hindi—"

"Hindi ko raw siya ginising kanina, Kuya Kev! Nagagalit si Toto kasi hindi siya nakapasok dahil hindi ko siya ginising!" nagmamadaling sabat ni Clark saka pasimpleng ipinakita ang kamao sa kaniya.

"Hindi 'yon! Sinungaling ka!"

"Teka nga, ano ba talagang problema ninyong dalawa? Ano? Magsuntukan na lang kayo para matapos na!" ani Kevin.

"Kuya, 'wag mong pansinin 'yang si Toto. Galit lang 'yan dahil nalimutan ko siyang gisingin. Malay ko bang masipag palang pumasok 'yan." Umiling-iling si Clark.

Tinitigan siya ng pinsang si Kevin na waring kinukumpirma ang sinabi ni Clark pero nag-iwas lang siya ng tingin. Wala na, hindi na niya alam. Wala na siyang pakialam. Nabaligtad na ang kuwento, siya na ang masama.

Ilang saglit pa'y nagsalitang muli ang nakatatandang pinsan.

"Hoy, Toto, kung gan'yan mo kagustong pumasok, gumawa ka ng paraan para magising nang tama sa oras. Hindi 'yong nagagalit ka sa kapatid ko 'pag na-*late* ka. Umayos ka, ha, nakikitira ka lang dito. Matuto kang lumugar." Iyon ang huling sinabi nito bago ito tuluyang pumasok sa loob. Ngumisi naman si Clark saka sumunod sa kapatid.

Huminga nang malalim si Toto at pilit pinakalma ang sarili. Umaalingawngaw pa rin sa tainga niya ang huling pangungusap na tinuran ng kaniyang Kuya Kevin.

Umayos ka, ha, nakikitira ka lang dito. Matuto kang lumugar.

Nakikitira lang siya, matuto siyang lumugar. Oo, talo na siya. Wala na siyang magagawa kundi tanggaping sa bahay na tinutuluyan niya, may mga bagay siyang hindi puwedeng gawin. Limitado ang kilos niya, may mga kailangan siyang itago para hindi siya mapasama. Hindi siya natatakot kay Clark, pero natatakot siya sa maaaring idulot ng sasabihin niya sa pamilyang kumukupkop sa kaniya.

Bigla niyang naalala ang sinabi sa kaniya noon ng Lola Sida niya.

"Toto, tandaan mo, may dalawang uri ng taong mahirap kalabanin—ang makapangyarihan at ang mapera. Sinubukan naming gumawa ng paraan, pero napatunayan lang naming hindi palaging nananalo ang tama at matuwid."

Naisip niyang tama ang matanda. Hindi palaging nananalo ang tama at matuwid. Pero may nakalimutan ang kaniyang lola, hindi lang makapangyarihan at mapera ang mahirap kalabanin. Minsan, mas mahirap maging kalaban ang sarili. Mahirap labanan ang sariling utak, ang sariling pakiramdam at sariling puso. Kahit alam niya kung ano ang tama, may kung ano sa loob niyang nagsasabing hindi siya puwedeng magsalita.

Masuwerte ang mga taong nakikipaglaban sa makapangyarihan at mapera para sa mga bagay na sa tingin ng mga ito ay tama. Malas ang mga taong ni hindi makalaban dahil sa sarili pa lang ay talunan, naduduwag at natatakot na. Paano pa nga naman makikipaglaban ang mga tulad niyang ni hindi alam kung paano lalabanan ang sariling takot?

Malalim ang kaniyang pagbuntong-hininga at tumingala. Gusto niyang pagtawanan ang sarili. Gusto niyang maiyak, manuntok o magbasag ng gamit. Gusto niyang umalis at hindi na bumalik. Dahil tama si Clark, nagsinungaling din siya nang hindi niya sinabi kung ano ang nalalaman niya.

Kaya paano na niya paninindigan ang bagong palayaw na ibinigay sa kaniya ng mga bago niyang kaibigan at kakilala? Paano na magiging Toto O. ang tulad niyang natatakot magsabi ng katotohanan?

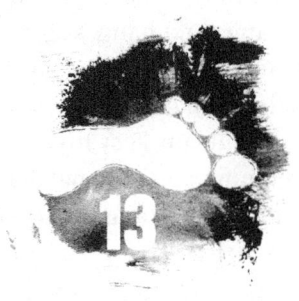

ILANG linggo na ang nakalipas mula sa magulong pangyayari sa pagitan niya at ni Clark ngunit apektado pa rin siya. Ilang beses niyang tinangkang humiram ng *cellphone* sa pinsan niyang si Clarisse para kausapin ang kaniyang lola pero tulad ng dati, pinangungunahan siya ng takot. Takot na baka mag-alala lang ang matanda, takot na baka imbes na umayos ay lalong gumulo ang lahat.

Hindi na siya nagsalita. Pinalagpas niya ang pangyayari. Hinayaan niyang isipin ni Clark na nanalo ito. Pero palagi niyang binabantayan ang mga kilos nito, inaalam niya kung saan ito nagpupunta. Kahit magaspang ang ugali nito, alam niyang responsibilidad pa rin niyang isama o ituro man lang ang kaniyang pinsan ang tuwid na daan. Sa tuwid na daang alam niya, hindi sa tuwid na daang alam ng ilang pulitiko.

Sa ilang linggo niyang pagmamasid sa kilos nito, napag-alaman niyang adik nga sa *computer games* si Clark. Umaalis ito nang maaga mula sa bahay pero hindi naman agad dumidiretso sa eskuwelahan. Una nitong pinupuntahan ang *computer shop* kasama ang ilang kaibigan nito. Sa pag-uwi, gano'n din, sumasaglit pa ito para maglaro sa *computer*. Minsan, kapag napasasarap sa paglalaro, hindi na ito pumapasok pa sa eskuwela.

Ilang beses niya itong kinausap nang masinsinan, ilang beses din siyang walang nakuhang sagot kundi 'wag mo 'kong *pakialaman*. Ngunit dumating ang araw na hindi na niya kinayang itago sa sarili ang lahat. Sinabi na niya kina Allen at Jilian ang mga pangyayari. Pakiramdam kasi niya, sasabog na siya kung patuloy niyang kikimkimin ang mga nalalaman niya. Sinabi niya iyon habang kumakain sila ng tanghalian sa eskuwela. Hati ang reaksiyon ng dalawa.

"Normal lang 'yun, Toto O. Hindi sa kinakampihan ko si Clark pero normal na kasi 'yan sa panahon ngayon. 'Yong maadik sa *computer*. Siguro nga kung sobrang mapera lang ako baka araw-araw rin ako kung mag-*computer*," ani Allen sabay subo ng kanin at ulam nitong *hotdog*.

Ambang magsasalita na siya nang unahan na siya ni Jilian at batukan pa si Allen. "Anong normal? Anong kung mapera ka baka gano'n ka rin? Naloloko ka na ba? Ang mali, e mali! Hindi puwedeng sabihing tama ang isang bagay dahil lang maraming gumagawa no'n. Isipin mo, maraming nagchi-*cheating* tuwing *exam* pero tama ba 'yon? Maraming gumagawa ng masama, nagnanakaw, nangho-*hold up*, tama ba 'yon? Normal ba 'yon?" litanya ng dalagita.

Tumango si Toto pero agad ding huminto nang tingnan siya ng masama ni Allen.

"Jilian kasi, ibig ko lang sabihin, hindi natin masisisi si Clark. Alam mo ba 'yong tinatawag na *peer... peer* ano nga 'yon?"

"*Peer pressure!*"

"Ayun nga! Tamo alam mo naman pala, Ji. Hindi ko sinasabing tama si Clark kasi mali naman talaga. Kaso ano pang magagawa natin, 'di ba? Kung isusumbong 'yon ni Toto O, giyera sigurado. Magagalit ang nanay at tatay ni Clark kay Clark, magagalit si Clark kay Toto. Sa paglipas ng panahon, magkakabati 'yong magnanay, 'yong magtatay—pamilya, e." Bumuntong-hininga si Allen na para bang sinasabing simple lang ang eksplanasyon sa mga nangyayari at puwedeng mangyari.

"*At least* nalaman nila ang totoo," sagot ni Jilian. Ngumiwi si Allen. "Ganito kasi 'yon, 'pag nagkabati 'yong buong pamilya, kawawa si Toto O. Si Toto at Clark kasi, mas lalo 'yang mag-aaway, baka hindi na magkapatawaran. 'Pag nagkataon, 'pag nag-away 'yong dalawa, sinong kakampihan ng nanay at tatay ni Clark? Siyempre si Clark pa rin! Pamilya, e. Kahit ang ginawa lang naman ni Toto ay magsabi ng totoo, sa huli, lahat makaka-*move on* sa kasalanan ni Clark. Pero si Toto, hindi na makaaahon mula sa galit ng pinsan niyang barumbado."

Sumimangot si Jilian. "Pero mali pa rin!"

Tumikhim siya para agawin ang atensiyon ng dalawa. Nakikita niya ang punto ni Allen at kahit hindi niya aminin, gano'ng gano'n din ang kinatatakutan niya. Na sa huli, siya pa ang lalabas na masama at wala siyang ibang magiging kakampi kundi sarili.

"Pareho naman kayong may punto. 'Wag na kayong mag-away," sabi na lang niya.

"Hay grabe, 'yan ang mahirap sa 'yo, Toto. Masyado kang mabait—"

"Duwag kamo," pagkontra ni Jilian.

"Amasona ka kasi kaya gusto mo palaging nakakakita ng away. Gusto mo may labanan," ani Allen. Umiling pa ito bago uminom ng tubig. Umambang manghahampas si Jilian pero agad nakaiwas si Allen. "Tamo, lumalabas ang pagkaamasona mo!"

"Tigilan mo 'ko, Allen! Baka gusto mong mag-away na naman tayo." Nandilat ang mga mata ng dalagita.

"Ito naman, hindi mabiro. Ubusin mo na 'yang pagkain mo." Nagtaas ng kilay si Allen saka nag-abot ng panyo kay Jilian. "May ketchup ka sa labi." Nang hindi kumilos ang babae ay si Allen na mismo ang nagpunas sa gilid ng labi nito.

"Ano ka, *baby sitter* ko? Pabayaan mo nga kung may amos man ako."

"Ikaw na nga 'tong inaalala. Pero 'pag kay Miguelito, nagpapapunas ka pa ng pawis."

"E, pusong babae naman 'yong si Miguelito!" anang dalagita.

"Kahit na. Nga pala, ba't 'di na nasabay sa 'tin sina Miguelito at Donald? No'ng mga unang linggo ng pasukan, dikit sila nang dikit sa 'tin, bakit ngayon hindi na?" pagtatakang tanong ni Allen.

Ngumiwi si Jilian. "Siyempre gano'n talaga. Hindi naman *por que* sa 'yo sumasama noong una, sa 'yo na sasama hanggang sa huli. Malay mo *no choice* lang sila noon kaya sila nasama sa 'tin. Pero ngayon, nakita na nila 'yong mga taong gusto talaga nilang samahan," pag-eesplika nito saka uminom ng tubig.

"O baka naman nainis na kasi hindi ka nagpapakopya ng *assignment?*" humahalakhak na sagot ni Allen. At nagsimula na namang magtalo ang dalawa.

Si Toto naman ay nagtuloy-tuloy lang sa pagkain. Sanay na siya sa bangayan ng dalawa kaya hindi na siya nababahala pa. Inubos na lang niya ang baon niyang kanin at ulam na talong. Wala siyang dalang tubig kaya naisip niyang makiinom sa dalang tubig ni Jilian pero mabilis pa sa alas-kuwatrong nagpresinta si Allen na ang tubig na lang nito ang inumin niya. Natatawang tumango na lang siya rito bago kinuha ang iniaabot nitong tubig.

Hindi siya sigurado kung dahil ba sa pagkain, sa tubig, sa usapan nilang magkakaibigan, o sa pagtatalo nina Allen at Jilian, pero biglang gumaan ang pakiramdam niya.

―――

HANGGANG makabalik ng silid-aralan ay baon-baon niya ang magaang pakiramdam mula noong tanghalian. Hindi man naresolba ang pangamba niya, nabunutan naman siya ng tinik sa dibdib matapos niyang maikuwento ang lahat sa dalawang kaibigang lubos niyang pinagkakatiwalaan.

Nang dumating si Bb. Almeniana ay mas gumanda pa ang araw niya. Hindi niya maitangging naging paborito na niya ito pati na rin ang mga itinuturo nito. Magaling kasi itong magturo, palagi pang nakangiti at talagang humihingi ng opinyon sa mga estudyante. Marami rin itong bagong pakulo.

No'ng minsan, pinagawa sila nito ng isang tula tungkol sa pinakapaborito nilang lugar sa mundo. Agad siyang humabi ng mga salita hanggang sa mabuo niya ang isang maikling tulang pinamagatan niyang 'Tabi.'

Tabi

Ang pinakapaborito kong lugar sa mundo,
ay sa tabi ng pinakamamahal kong lola.
Sa bawat yakap at haplos niya,
daig ko pa ang nagbakasyon sa Amerika.
Sa bawat pangaral at kuwento niya,
kagandahan ng mundo aking nakikita.
Sa bawat ngiti rin ng aking lola,
ibang planeta aking nabibisita.
Kaya walang duda, walang pag-aalinlangan pa,
pinakapaborito kong lugar ay sa tabi ni Lola Sida.

Umani ng papuri at palakpakan ang tulang iyon ni Toto. Tuwang-tuwa siya dahil bihira siyang makatikim ng papuri sa eskuwela. Iyon din ang dahilan kung bakit mas minahal niya ang asignaturang Filipino. Minsan nga, hinihiling niyang sana'y Filipino na lang ang pag-aralan nila maghapon. 'Wag nang mag-*Math*, *History* o *Science*. Tama na ang pag-uusap tungkol sa nawawalang *value* ng x, sa *space*, *distance*, *time* at sa kung sino ang tumalo kay Poncio Pilato.

Pero alam niyang hindi puwede 'yon. Hindi puwede kahit na iapela pa niyang hindi praktikal gamitin sa totoong buhay ang ilang itinuturo sa kanila, na hindi naman niya alam kung paano magagamit sa buhay ang *factorization, sine* at *cosine.*

"Sino'ng gustong mauna?"

Ang tanong na iyon ang nagpabalik kay Toto sa kasalukuyan. Ibinaling niya ang tingin sa harap at doon nakita niya ang kaniyang paboritong guro habang lumilinga-linga sa paligid. Sa gilid ng pisara nakasulat ang salitang *pang-uri.*

Kinalabit niya si Allen sa tabi niya at binulungan, "Anong gagawin?"

"*Recitation,*" nakabusangot nitong sagot, "isa-isa tayong tatayo sa harap tapos magbibigay si Ma'am ng salita tapos kailangan nating ilarawan ang salitang 'yon base sa kung ano ang naiisip natin 'pag nabanggit 'yong salita."

Tumango siya. "Lahat talaga tayo? Ang dami kaya natin."

"Aba, ewan ko. Sabi lahat daw, e."

Nagkibit-balikat na lang siya saka muling tumingin sa harap. Nakatayo na roon ang isa niyang kaklaseng babae at naglalarawan sa salitang ibinigay ng kanilang guro—*buhay.*

"Minsan mahaba, minsan maikli. Minsan masaya, minsan magulo. At higit sa lahat, hindi perpekto."

Ngumiti si Bb. Almeniana sa sagot ng estudyante. Si Toto, napangisi sabay sabing ang galing ng kaklase niya. Marami pang nagboluntaryo para sumagot sa harap. Kani-kaniyang pabibo na ang mga estudyante. May mga sumagot na parang tumutula katulad ng nauna, may sumagot nang pakanta at may sumasayaw pa habang nagsasalita. Nagboluntaryo na rin si Allen at natapat dito ay ang salitang *pag-ibig.*

"Mahirap, masakit, mapaghanap, nakakasira ng buhay, nakababaliw— "

"Bakit puro *negative*? Niloko ka ba ng ex mo?" sabat ni Jilian na sinundan ng halakhakan ng kanilang mga kaklase.

"...pero kahit masakit, mahirap o nakababaliw pa 'yan, *worth it* naman," pagpapatuloy ni Allen, ni hindi man lang pinansin ang hirit ng kaibigan. Maloko pa itong ngumiti saka kinindatan si Jilian.

Naghiyawan ang mga estudyante. Panay ang tukso sa dalawa. Wala sa sariling napasigaw si Toto, "*Worth it* ka raw, Jilian!" Umalingawngaw muli ang sigawan, tuksuan, tudyuan. Napasimangot si Jilian habang si Allen ay pinanlalakihan siya ng mata.

Natigil lang ang asaran nang sawayin sila ni Bb. Almeniana. "Isa na lang para sa araw na 'to ang sasagot sa harapan. Bukas na 'yong iba," anito sa mahinahong boses. "Sino'ng gustong magboluntaryo?"

Nagtaas ng kamay si Toto... dahan-dahan, na sobrang bagal ay nakapili na ng iba ang guro nila. At ang napili ay si Jilian na mabilis naglakad patungo sa harap. May baon itong ngiti sa mga labi. Napangiti rin siya sa kaibigan, napalis lang ang ngiti niyang iyon nang muling magsalita si Bb. Almeniana.

"Ang salitang ilalarawan mo ay ina."

Tila nabingi siya, napalunok nang ilang beses. Kahit hindi naman kailangan ay pinilit ng utak niyang humanap ng mga salitang aakma at maglalarawan sa salitang iyon. Kung nasa normal na tagpo lamang siya (isang tagpo kung saan ang buong pamilya nila, masaya't magkakasama) siguradong ang mga salitang maiisip niya ay pawang positibo—mapagmahal, mapag-aruga, masarap magluto at maaalalahanin. Pero malayo sa normal ang buhay niya. Ni hindi niya naranasang maalagaan ng sarili niyang ina. Ni hindi nga siya sigurado kung naaalala pa ba nitong may anak ito sa katauhan niya.

Ipinilig niya ang ulo nang may dalawang salitang nabuo sa utak niyang maglalarawan sa kaniyang ina. Mabilis niyang napagtantong mali ang gano'ng kaisipan kaya iwinala niya agad iyon sa kaniyang utak. Itinutok na lang niya ang atensiyon kay Jilian na tapos na palang maglarawan at naglalakad na palabik sa upuan nito.

Makalipas ang ilang minuto, nagpaalam na sa kanila ang guro. Huminga siya nang malalim at nagkuyom ng kamao.

"Ayos ka lang, Toto O?" bulong ni Allen.

Pinilit niyang ngumiti rito. "A-ayos naman. Nainitan lang ako. Pero ayos lang ako."

Pinaniwala niya itong ayos lang siya. Pinaniwala niya ang sarili niyang maayos siya. Ngunit napatunayan lang niyang hindi siya ayos nang makauwi siya ng bahay nang araw ring iyon at isang suntok mula sa nanggagalaiting si Clark ang bumungad sa kaniya.

"Walang kuwenta!"

Nakaramdam siya ng hiya at inis dahil sa dalawang salitang iyon. Kanina lang ay nauna na niyang naisip ang mga iyon bilang panlarawan sa kaniyang ina, ngayo'y ginagamit naman ni Clark na panlarawan sa kaniya.

Bumuntong-hininga siya at kinapa ang pisngi niyang inundayan ng suntok ng pinsan. Hindi naman siya gaanong nasaktan, pero hindi niya maintindihan kung bakit nagawa 'yon ni Clark. Lumingon siya sa paligid at napagtantong walang ibang tao, kaya pala malakas ang loob nitong suntukin siya.

"Ano bang problema mo?" aniya. Ambang ilalagay niya ang bag sa *sofa* nang bigla siyang higitin ni Clark.

"Ano'ng problema ko? Ikaw! Bakit mo 'ko isinumbong?" paangil na sabi nito habang hawak-hawak ang kuwelyo ng uniporme niya. Nanlalaki ang mga mata nito at nakatiim pa ang bagang.

Umiling-iling siya. "Ano bang sinasabi mo?"

Umamba itong susuntok pero agad ding lumayo nang makarinig sila ng yabag mula sa hagdanan. Tumalikod ito at nagdire-diretso palabas ng bahay. Basta na lang din nitong isinara ang pinto kaya nagdulot iyon ng lagabog.

"Ano 'yon? Sino'ng lumabas?" tanong ng tiyahin niyang kababa lang. Nakasuot ito ng berdeng daster at buhaghag pa ang buhok.

Hinawakan niya ang kaniyang batok. "Si Clark po."

Tumango naman ito. "Kaya pala wagas kung ilagabog ang pinto. Naku, 'yong batang 'yon talaga! Alam mo bang madalas palang tumambay ang pinsan mong 'yon sa *computer shop*? Hindi gumagawa ng *assignment*, hindi nag-aaral, hindi pumapasok, puro *computer* na lang! Diyos ko, hindi ko na alam ang gagawin sa batang 'yan." Nagkamot ito ng ulo na para bang aburidong-aburido na sa buhay. "Mabuti nga't maaga 'yang umuwi ngayon, nasermunan ko agad! Patay 'yan sa tatay niya 'pag nalaman."

Napatigagal siya. Kaya pala... "E, Tiya, pa'no n'yo... pa'no po ninyo nalaman?"

"May nakakita, isinumbong sa 'kin! Hindi ko na alam." Pumalatak ito at umiling. "Hindi ko na talaga alam ang gagawin d'yan sa batang 'yan. Seksyon A 'yan dati, kaso nagpabaya kaya napunta sa B, ngayon ihahanda ko na ba ang sarili ko sakaling mapunta 'yang batang 'yan sa dulong seksyon?"

"Ma, wala naman sa *section* 'yan," anang pinsan niyang si Clarisse habang bumababa ng hagdan. May hawak itong *notebook* at *ballpen* sa kaliwang kamay at kunot ang noong nakatingin sa nanay nito.

"Anong wala sa seksyon? 'Pag matalino, nasa unahang seksyon! 'Pag aanga-anga, nasa huli! Kaya pagsabihan mo 'yang kapatid mong magtino siya! Kung ayaw niyang gumaya sa 'yong matalino, 'wag naman siyang tumulad sa kuya niyang ni ayaw mag-aral at pangarap yatang maging tambay habambuhay!"

Natawa nang bahagya ang dalaga. "Ma, kalma. Kakausapin ko 'yang si Clark. Pero mali talaga 'yong sistema na idedepende sa antas ng katalinuhan ng isang bata ang seksyon niya. Hindi dapat nila ginagawa 'yon. Mas lalong tinatamad ang mga batang mag-aral kung hinuhusgahan sila ng paaralan nila." Umupo ito sa sofa at pinaglaruan ang ballpen na hawak, habang ang Tiya Jenny niya'y nakapamaywang na nagtuloy-tuloy sa kusina.

"Susko, dapat ngang mag-aral 'yong mga nasa huling seksyon para sa susunod e wala na sila ro'n. Gawin nilang motibasyon ang panghuhusga ng eskuwelahan nila!" pasigaw na sabi ng tiyahin mula sa kusina.

"Naman, Ma, hindi ganyang mag-isip ang karamihan ng mga kabataan. Sana e *first come, first served* na lang, o di kaya e puwede kang mamili kung sa'n mo gusto, gano'n naman sa *college*," sagot ng dalagita. Makalipas ang ilang saglit, bumaling ito sa kaniya. "Ikaw, 'To, ano ngang *section* mo?

Dahan-dahan siyang yumuko. "Seksyon D po."

"Gano'n ba? Tara, magkape tayo? Magpalit ka pala muna ng damit, naka-*uniform* ka pa."

Bahagya siyang napangiti sa sinabi nito. Hindi niya akalaing ilang linggo pagkatapos niyon ay mahihirapan na siyang ngumiti pa ulit.

ILANG beses nang sinabi ni Toto na wala siyang kinalaman sa mga nangyari kay Clark. 'Yon nga lang ay hindi nakikinig ang huli. Anito, wala itong pakialam kung may kinalaman siya o wala, kung siya man ang nagsumbong o hindi. Basta sa isip nito ay siya pa rin ang may kasalanan sa lahat ng pasa at palong natanggap nito mula sa Tatay Obet nito.

"Kung hindi ka nagsumbong, hindi ako mapapalo nang ganito!" palagi nitong sinasabi.

Rinding-rindi na siya sa paninisi ni Clark. Sa tuwing makikita siya nito, hindi puwedeng hindi siya nito sabihan ng kung ano-ano at saktan. Pinipilit niyang umiwas at h'wag itong pansinin. May mga pagkakataon lang talagang hindi na niya kinakayang magtimpi kaya nasasagot na niya ito at nagkakaro'n sila ng pagtatalo. Ngunit hindi lang sila ang madalas magbangayan...

"Ma, *computer* lang 'yon! *Computer*! Mabuti nga at hindi ako nagdodroga, naglalasing o naninigarilyo."

Narinig niyang katwiran ni Clark sa pangaral ng ina isang Sabado habang naghuhugas siya ng pinggan.

"Walang problema sa *computer*, kung sana'y ginagamit mo sa mabuti, kung sana'y hindi ka nagpapaadik. Lahat ng sobra, masama! Lalo na kung hindi ka na pumapasok sa eskuwela, makapaglaro lang!"

Naging normal na para kay Toto ang ganoong senaryo. Hindi lang siya at si Clark ang nagkaproblema dahil sa mga pangyayari. Halos dalawang linggo na ring hindi maayos ang magkakapamilya. Naging magulo sa bahay, parang palaging may giyera. Lahat nagsisihan sa nangyari kay Clark. Sinisi ng Tito Obet niya ang kaniyang tiya na hindi raw pinag-igihan ang pagbabantay kay Clark. Sinisi ng tiyahin niya ang mga anak na sina Clarisse at Kevin na hindi raw pinangaralan ang sariling kapatid. Sinisi ni Kevin si Clark. At sinisi naman siya ng huli.

Mabuti na lamang at makalipas lang ang linggo ay bumalik na ulit sa dati ang buong pamilya. Naging maayos ang lahat nang mangako si Clark na babawasan na ang pagbababad sa *computer* at hinding-hindi na ito liliban sa klase para lang doon.

Umasa si Toto na magiging payapa nang muli ang buhay niya. Hindi na niya kailangan pang makipagtalo sa pinsan at hindi na rin siya makaririnig araw-araw ng sermon, ngunit hindi iyon ang nangyari. Galit pa rin sa kaniya si Clark. Hindi na siya nito sinusumbatan pero palagi naman siyang pinahihirapan, inuutusan at paminsan, walang habas na sinusuntok, binabatukan o kinukutusan kapag nasa bahay sila.

Gumaganti siya paminsan-minsan ngunit kapag sinasabi na nitong sampid lang siya at walang karapatan sa bahay na iyon, tumitiklop siya. Sa isip-isip niya, magsasawa rin ito sa pagpapahirap sa kaniya. Pero nagkakamali siya. Imbes na magsawa ang pinsan, may dumagdag pa sa kalbaryo niya—si Kevin. Si Kevin na piniling hindi pumasok sa kolehiyo at mag-aral, na walang ibang ginawa kundi tumambay maghapon sa bahay.

Hindi na lang tuloy si Clark ang maya't maya kung mag-utos, hindi na lang si Clark ang tumatrato sa kaniya bilang katulong. Kung noon, pakiramdam niya'y siya lang ang kumikilos at gumagawa ng mga gawaing bahay, lalo na ngayong pinag-iinitan siya ng dalawa. Idagdag pa na palaging wala ang Ate Clarisse niya dahil abala sa pag-aaral. Umaalis ito sa umaga at gabi na kung umuwi. May pasok pa rin ang dalaga kahit Sabado. Habang ang tiyahin naman niya, naging abala na sa bago nitong pinagkakakitaan—ang pagiging ahente ng mga bahay.

Pakiramdam tuloy ni Toto, masyado siyang pinag-iinitan ng tadhana. Masyado siyang kinakawawa ng buhay. Para siyang isang boksingerong may malakas na kalaban at kada suntok nito ay bumabagsak siya. Na kahit pinipilit niyang tumayo at bumangon, hindi niya tuluyang magawa dahil may panibagong suntok na naman siyang nakukuha.

Minsan niyang naikuwento kina Allen at Jilian ang problema niya. Nakisimpatya ang dalawa sa kaniya tulad ng inaasahan at masaya na rin siyang may dalawa siyang kaibigang mapagkakatiwalaan ngunit alam niyang hanggang doon na lang 'yon. Alam din niyang kahit sabihin ng mga itong magiging maayos din ang lahat, hindi niyon mababago ang katotohanang malabong maging maayos ang buhay niyang sa umpisa pa lang ay magulo na.

"O, kayo na muna ang bahala rito sa bahay, ha? 'Wag mag-aaway," bilin ng tiyahin niya habang nagsusuklay isang umaga.

"Sa'n punta mo, Ma?" tanong ni Clark na abala sa pagtutok sa telebisyon.

"Mamimigay ng *flyers*, ano pa? Nasa'n ba ang Kuya Kevin mo? Dapat nandito 'yun at baka mag-away na naman kayong dalawa ni Toto! Susko, ang tatanda n'yo na, awayan pa kayo nang awayan." Umiling-iling ito saka naglagay ng pulang *lipstick* sa labi.

"Hindi naman kami mag-aaway n'yan kung magsisipag 'yan. Pa'no nakikitira na lang, libre kain, libre baon, libre na lahat tapos tatamad-tamad pa."

"Tumigil ka nga, Clark! Kakasabi lang na 'wag mag-away, nagsisimula ka na naman," saway rito ng kaniyang tiya.

"Totoo naman, e! Kung makikitira siya rito, pagtrabahuhan niya! Wala na kayang libre sa panahon ngayon. Saka simula nang dumating 'yan dito, nagkagulo-gulo na tayo."

Pumalatak ang kaniyang tiya at tumingin sa kaniya na parang humihingi ng dispensa sa inaasal ng anak. Dahan-dahan lang siyang tumango at pilit na ngumiti.

"Ayusin mo 'yang salita mo, Clark, hindi na nakakatuwa! Gusto mo bang isumbong kita sa Papa mo para mapalo ka na naman? Pinsan mo 'yan, bakit mo ginaganyan?"

Nagkibit-balikat naman si Clark. "Pinsan lang, wala 'yang karapatan dito sa bahay."

Wala na siyang ibang nagawa kundi bumuntong-hininga. Doon niya naisip na tama si Allen. Lahat ng sinabi nito, nagkatotoo. Magagalit ang nanay at tatay ni Clark dito, magagalit naman ang binatilyo kay Toto. Pero hindi magtatagal, mawawala rin ang galit ng pamilya ni Clark kay Clark—makalilimutan at matatabunan ng pagmamahal. Samantalang ang galit ni Clark kay Toto, para bang walang kapatawaran, hindi makalilimutan kailanman.

"BAKIT ka ba kasi pumapayag na ganyanin ka ng mga pinsan mo? Subukan mo kayang lumaban, 'no?" nakangiwing sabi ni Jilian. Mabilis ang lakad nito na waring nagmamadaling makauwi mula eskuwelahan. Hindi na nga nito pinagkakaabalahang tingnan ang nilalakaran, lakad lang ito nang lakad habang sina Toto at Allen ay nakabuntot lang dito.

"Kung lalaban ako, ano namang mapapala ko? Lalo lang 'yong magagalit," ani Toto sa mahinahong boses.

"Kita mo na? Ayan! Ayan ang dahilan kung bakit ka pinagtutulungan! Kasi pumapayag kang pagtulungan!" Umiling-iling pa ito. "Bakit may magnanakaw? Kasi may nagpapanakaw.

Bakit may nang-uuto? Kasi may nagpapauto. Bakit may mga nambu-*bully*? Kasi may nagpapa-*bully*! *Cycle* 'yan! Sa buhay, kung hindi ka magiging matapang, aapakan ka ng mga nagtatapang-tapangan," litanya ng dalagita sabay hawi sa magulo nitong buhok.

"*Sorry*, Kuya, nagmamadali ako," wika pa nito nang may mabunggong lalaki saka nagpatuloy sa mabilis na paglalakad na parang walang nangyari.

Malawak ang kalsadang nilalakaran nila kaya gano'n na lang ang pagtataka ni Toto nang ilang beses may makabungguan si Jilian. Hindi lang 'yon, ilang beses din itong muntik mapatid dahil sa kamamadali.

"Hindi naman kasi lahat e katulad mo, Ji," sabat ni Allen na halos tumakbo na para makasabay ang kaibigang babae. "Saka puwede ba, bagal-bagalan mo naman ang lakad? Bakit ka ba nagmamadali? Tingnan mo, kung sino-sino na ang nababangga mo."

"Anla, basta!" iritadong sagot ni Jilian saka nagpunas ng pawis sa noo gamit ang kamay. "Matuto kang lumaban, Toto O. Minsan, *try* mo ring humindi sa kanila. Hindi gan'yang oo ka lang nang oo. Ano ka, *robot*?" madramang sabi nito.

"Palalakihin ko lang ang gulo 'pag gano'n. Baka makarating pa kay Lola, siguradong mag-aalala 'yon."

"Ang bait mo talaga, nakakaloka." Mas binilisan pa nito ang paglalakad at wala namang nagawa ang dalawang lalaki kundi bilisan din para makasabay.

"Ano bang problema mo't nagmamadali ka?" tanong ni Toto dahil hingal na hingal na siya sa ginagawa nila.

"Natatae na 'ko. Kanina pa nga," anitong sapat lang para marinig nila.

Napangiwi siya at si Allen sa narinig.

"Kadiri naman," saad ng huling agad namang pinanglakihin ng mata ni Jilian.

"Anong kadiri ro'n? Hindi ka ba tumatae? Arte nito! Mamaya nga pala, labas kayo sa mga bahay n'yo, tagu-taguan tayo." Lakad-takbo na ang ginagawa ng dalagita. Ilang kantong lakad pa mula sa kani-kanilang mga bahay ay tumakbo na ito. Hindi na yata nito napigilan ang tawag ng kalikasan.

Humagalpak ng tawa si Allen habang pinagmamasdan ang tumatakbong pigura ng babae. "Hanep talaga 'tong si Jilian. Kung makapagpayo, parang matandang marami nang pinagdaanan. Kung kumilos naman, daig pa ang batang munti."

Tumikhim si Toto at ngumisi pagkatapos. "Kaya lalo mong nagugustuhan, 'no?" pang-aasar niya.

Hindi sumagot ang kaibigan niya. Nakangiti lang ito na parang nanalo sa *lotto.* Hindi na rin siya nangulit pa at nagpatuloy na lang sa paglalakad. Ngunit nang makaliko sila sa unang kanto at matanaw ang bahay ng kaniyang tiyahin ay napahinto siya. Naramdaman niya ring huminto sa paglalakad si Allen na ngayon ay nasa likod niya.

"Anong ginagawa ni Sammy sa tapat ng bahay n'yo?" bulong ni Allen sabay siko sa kaniya.

Nagkibit-balikat siya at pinagmasdang mabuti ang maputing babaeng may kulot na buhok at mapungay na mga matang nakatayo sa harapan ng bahay ng kaniyang tiya. Ito ang babaeng hinangaan na niya nang una niya itong makita sa palarong paghuli ng biik noong pista. Ngayon na lang niya ulit ito nakita ngunit matindi pa rin ang epekto sa kaniya ng dalaga. Para siyang sinisipa ng pitong kabayo sa dibdib.

"Baka ikaw ang sadya niya!" tudyo ni Allen na mabilis namang ikinainit ng pisngi niya. "Ayun o, namumula! Puntahan mo na, dali! Masamang pinaghihintay ang babae!" asar pa nito sa kaniya.

Dahan-dahan siyang naglakad ngunit nakadalawang hakbang pa lang ay huminto na siya. "Samahan mo 'ko, Allen."

Napakamot sa ulo ang kaibigan. "Ba't kailangan mo pa ng kasama, bahay n'yo naman 'yan? Puntahan mo na. O naririnig ko na ang boses ng nanay ko, tinatawag na 'ko, pumasok na raw ako sa bahay," anito sabay takbo papasok sa bahay niyang malapit lang din sa bahay ng tiyahin niya.

Napakamot siya sa noo. Naisahan siya ni Allen, halata namang nagsisinungaling ito tungkol sa pagtawag daw ng nanay nito. Naiwan tuloy siyang mag-isa sa gitna ng kalsada, walang ibang pagpipilian kundi harapin si Samantha. Bitbit ang kaniyang itim na bag at dinadagang dibdib ay naglakad siya papunta sa dalaga. Nang mapansin siya nitong naglalakad palapit, bahagya itong ngumiti dahilan para mas maglambitin ang mga daga sa dibdib niya.

"S-Samantha?" aniya sabay pisil sa kamay para pakalmahin ang sarili.

"Kilala mo 'ko?" malambing nitong sagot.

Lumunok siya. "Siyempre, kasi ano... nabanggit ni ano, nina Allen."

"Gano'n ba? Kilala rin kita, ikaw si Toto, 'di ba?"

Nanlaki ang mga mata niya. Gusto niyang magtatalon at ipagsigawan sa mundong kilala siya ni Samantha. Isang maganda't mabait na dalaga ang nakakikilala sa kaniya!

"Ako nga. Paano mo pala ako nakilala?" suwabeng tanong niya, pansamantalang kinalimutan ang kabang nararamdaman.

Muli itong ngumiti at nagbuka ng bibig upang sumagot ngunit hindi ang malambing nitong boses ang narinig niya kundi ang malagong boses ng pinsan niyang si Kevin.

"Ano ba 'yan, sobrang init," anito.

Lumingon siya sa pinanggaling ng boses. Doon niya nakita ang pinsang lumabas ng bahay na may magulong buhok. Tumingin ito sa kaniya at nagtaas ng kilay. "O, Toto, bakit nandito ka pa? Pumasok ka na sa loob at magsaing," iritadong sabi nito.

Sasabihin sana niyang mamaya na siya papasok dahil kakausapin pa niya si Samantha ngunit biglang gumuho ang mundo niya nang makita ang pag-akbay ng pinsang si Kevin sa dalaga. Nagngitian pa ang mga ito at kulang na lang ay lumuwa ang mga mata niya at malaglag ang panga nang hawiin ni Kevin ang buhok na tumatabon sa mukha ng babaeng hinahangaan niya.

"Bakit nakatunganga ka pa d'yan?! Pumasok ka na sa loob!"

Natauhan siya sa sigaw na iyon. Walang lingon-lingon na nagkumahog siya papasok ng bahay.

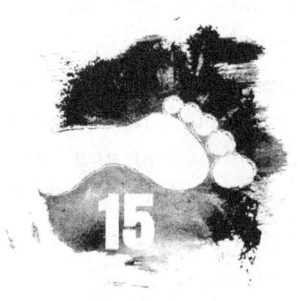

HINDI na magkamayaw sa pagtawa ang mga kaibigan ni Toto matapos niyang ikuwento sa mga ito ang nangyari. Kasalukuyan silang nasa bubong ng bahay nina Jilian, nagkukuwentuhan, nagpapahangin. Nakasanayan na nilang tumambay sa bubong kapag sawa na silang magpapawis sa pagtakbo at paglalaro ng kung ano-ano. Minsan, napagagalitan sila sa pag-akyat sa bubong pero wala ring magawa ang mga sumasaway sa kanila kundi ang mailing.

Humiga si Toto sa malamig na bubong at tinanaw ang lawak ng kalangitan, habang sina Jilian at Allen naman ay magkatabing nakaupo sa kaliwa niya. Dinama niya ang hanging dumadampi sa kaniyang balat, ang tunog ng tawanan ng mga batang naglalaro sa kalsada, at ang iba't ibang amoy ng ulam na niluluto ng magkakatabing mga bahay. Sa kaliwa niya ay panay pa rin ang pagtawa ng dalawa niyang kaibigan.

"Seryoso lang?" ani Jilian habang sapo-sapo ang tiyan. "Si Sammy, pinatulan si Kuya Kevin? *Joke* ba 'yon? Ang alam ko *close* sila, pero 'yong maging sila? Totoo? Sabi nga sa librong nabasa ko, *she's everything that he's not.*"

"Ano namang ibig sabihin no'n?" tanong niya.

"Ewan ko, basta parang masyadong maganda si Sammy para kay Kuya Kev," nakasimagot nitong sagot. "Kawawa ka naman, Toto O. Naunahan ka."

"Bakit si Samantha hindi n'yo tinatawag na ate, samantalang si Kuya Kevin, kinukuya n'yo?" pag-iiba niya sa usapan. Muli niyang sinulyapan ang langit at napangiti nang makita ang nagkikislapang bituin mula roon.

"Ikaw rin naman, a! Saka *sixteen* lang kasi si Sammy."

"Siyempre, ayokong tawaging ate si Samantha." Sumimangot siya saka tinapunan ng tingin ang babae. "*Seventeen* lang naman si Kuya Kevin."

"Ewan ko, nasanay na, e. Anong masasabi mo, Allen?" Bumaling si Jilian dito. "Huy, kaya pala wala kang sinasabi riyan at puro tawa lang dahil *busy* ka! Ano ba 'yang kinakalikot mo? Uy, ganda!"

"H'wag ka ngang magulo, Ji," saway ni Allen.

Dala ng kuryosidad ay umupo na siya para makita ang ginagawa ng lalaki. "Ano nga ba 'yan?" Nakita niya sa palad ni Allen ang isang umiilaw na *cellphone* na may malaking screen. "Wow, astig. Iyo 'yan?"

"Shh, 'wag kayong maingay, itinakas ko lang 'to. Akin 'to pero ayaw ipalabas sa 'kin dahil masisira lang daw," bulong ng binatilyo habang abala pa rin sa pagkalikot sa *cellphone* nito.

"Ay, gano'n?" ani Jilian, "Ano namang unit 'yan? Nauna ka nang magkaro'n ng *cellphone* sa 'tin, astig ka!" Sinipat-sipat nito ang hawak ni Allen at tinangka pang dutdutin pero agad naiiwas ng lalaki.

"Jilian, 'wag kang makulit!" saway nito sa dalagita. "Malay ko sa unit nito. Basta *tatskrin* 'to."

"Bugok! *Touch screen,* hindi tatskrin."

"Pareho lang 'yon!"

Natawa na lang si Toto sa bangayan ng dalawa, lalo na nang sumagi sa kaniyang isipan ang isang munting usapan noong nasa Barangay Marikit pa siya.

"*Pa-Facebook mamaya, Koko, 'di ba may wee-pee kayo?*"

"*Boy, Wi-Fi, way-fay!*"

"*Pareho lang 'yon!*"

Natawa siya nang bahagya at nailing. Ilang saglit pa'y naramdaman na lang niyang kinakalabit na pala siya ni Jilian.

"Toto, ayos ka lang ba? Ba't tumatawa kang mag-isa? May nakikita ka bang hindi namin nakikita?" nanlalaki ang mata nito sabay yakap sa sarili.

Ngumiwi siya. "Sira, may naalala lang."

"Ano?" ani Allen habang nakatingin pa rin sa *cellphone* nito.

"Mga ano... mga kaibigan ko sa probinsiya. Magulo rin sila katulad n'yo. Saka si Lola, nami-*miss* ko na." Bumuntong-hininga siya at bumalik sa pagkakahiga.

"Ayan o, tawagan mo gamit 'yang *cellphone* ni Allen. Para naman magkaro'n ng silbi ang bago niyang *gadget* na *tatskrin* daw," natatawang sabi ni Jilian habang nakatingala.

Tumikhim si Allen. "May *cellphone* naman halos lahat ng tao sa bahay n'yo, Toto, hindi ka nakikitawag o nakiki-*text* man lang? O kaya makigamit ng *Facebook*? May *Facebook* ba ang lola mo? Pero baka wala pala kasi probinsiyang-probinsiya ang lugar n'yo."

Umiling siya. "Wala nga. Nakakahiya rin, saka nitong mga nakaraang araw parang ayoko ring makausap si Lola Sida dahil baka masabi ko 'yong problema ko kay Clark, mag-aalala 'yon."

"E, ngayon, ayaw mong tawagan? Sabihin mo lang na *miss* mo na siya," ani Jilian.

"Hindi ko naman alam ang numero ni Lola. Alam n'yo namang hindi ako magaling magkabisa."

Ginulo ni Jilian ang buhok niya. "Hay grabe! *Lord*, ano bang klaseng tao 'tong mga kaibigan ko? 'Pag nakuha mo ang numero, tawagan mo! O kaya paminsan-minsan e i-*text* mo naman! Ikaw, wala kang kuwentang apo." Naiiling na sabi nito.

Bahagya siyang natigilan sa sinabi nito. Nang makabawi ay ngumiti na lang siya. Ayaw rin niyang dibdibin ang sinabi ng dalagita dahil may punto naman ito. Ilang buwan na pero hindi pa rin siya gumagawa ng paraan para makausap man lang ang mahal niyang lola. Bukod kasi sa natatakot siyang malaman nitong may problema siya, ayaw niya ring marinig ang boses nito dahil baka hanap-hanapin niya. Baka gabi-gabi na naman niyang iyakan ang pangungulila rito.

"Sus, nagsalita ang may kuwentang apo, kapatid, anak at mamamayan ng mundo. 'Wag kasing magbibigay ng *advice* kung hindi mo naman ginagawa sa sarili mo, Ji."

Napangisi siya sa sinabing iyon ni Allen. Ipinikit niya ang mga mata, ngumiti nang wagas at hinayaang muling umalingawngaw sa kaniyang tainga ang kulitan at asaran ng dalawa niyang kaibigan. Sa tabi ng mga ito, parang tinatangay bigla ng hangin ang kaniyang mga problema. Masaya siyang nakilala niya sina Allen at Jilian. Masaya siya.

Ngunit isang sigaw mula sa pinsan niyang si Clark ang nagpalaho sa ngiti sa kaniyang labi at nagpahinto sa mga kaibigan niyang panay ang biruan.

"Toto! Nasa'n ka na?! Kumain ka na raw at maghugas ng plato!"

Nagkatinginan silang magkakaibigan.

"Tawag ka na ng pinsan mong ipinaglihi sa sama ng loob," bulong ni Jilian.

Umiling-iling siya bago dahan-dahang bumaba ng bubong. Hindi naman iyon masyadong mataas dahil walang ikalawang palapag ang bahay nina Jilian at sanay na rin siya kaya hindi na siya nahirapan. Nang makababa, kumaway siya kina Allen na naiwan sa taas habang nakatingin sa kaniya.

"Una na 'ko!" aniya sa mga ito.

Umirap naman si Jilian. "Bata ka pa!"

Natatawang umiling siya saka naglakad pauwi. Hindi pa man tuluyang nakararating sa bahay ay natanaw na niya ang nakabusangot na mukha ni Clark sa may pintuan. Nakahalukipkip ito at magkadikit nang husto ang mga labi.

"Sa'n ka na naman galing? Gala nang gala," anito na parang tatay na pinangangaralan ang anak.

Imbes na sagutin ito at magkaroon pa sila ng pagtatalo ay nagkibit-balikat na lang siya at nagtuloy-tuloy sa paglalakad papasok ng bahay. Nasa sala ang tiyahin at tiyuhin niyang pawang nanonood ng telenobela. Si Kevin naman ay nasa isang sulok at abala sa pagse-*cellphone*.

Sandali lang siyang tinapunan ng tingin ng mga ito, itinuro sa kaniya ng tiyahin ang kusina at sinenyasan siyang kumain na roon bago nito muling ibinalik ang tingin sa telebisyon. Tumango naman siya at naglakad patungo sa kusina ngunit nang makita niya sa lababo ang isang tambak ng hugasin ay parang nawalan na siya ng ganang kumain.

Hindi niya alam kung paanong nangyaring gabundok ng plato ang huhugasan niya samantalang iilan lang naman silang kumakain sa bahay na iyon. Isa pang dagdag pahirap sa paghuhugas niya ay ang kawalan ng tubig. Kailangan pa niyang mag-igib ng tubig sa labas dahil wala pang tumutulo sa gripo.

"Buti nga, dami mong huhugasan, 'no? Nag-uwi ng mga barkada si Kuya Kevin at dito nagsikain kaya nganga ka ngayon," nakangising sabi ni Clark na sumunod pala sa kaniya para lang asarin siya.

"Okay lang," sagot na lang niya para matapos na ang usapan.

Nag-igting ang bagang nito bago padabog na umalis sa kusina. Nailing na lang siya sa kaniyang pinsan at mabilis na binuksan ang isang kaldero. Dinuguan ang ulam nila kaya naman pala katakot-takot na sebo ang nasa mga plato.

Ayos na buhay 'to, bulong niya sa sarili.

Nagsandok na siya ng kanin at ulam, tahimik na umupo at taimtim na nagdasal. Ambang susubo na siya ngunit nang maalala ang sinabi ni Clark ay natigilan siya. Kasama kaya sa sinasabi nitong barkada ng pinsan niyang si Kevin si Samantha? Hindi siya mapakali habang kumakain. Naisip niyang sana'y hindi na lang siya umalis ng bahay para nakita niya nang mas matagal ang dalaga.

Kaso bakit ko naman gugustuhing tingnan nang matagal ang girlfriend ng pinsan ko? sa isip-isip niya.

"Teka, hindi naman siguradong *girlfriend* niya 'yon, a? Baka nga sobrang *close* lang," aniya sabay subo ng kanin.

Isang tapik sa balikat ang nagpapitlag sa kaniya. "Aba'y sinong kausap mo?" nagtatakang tanong ng Tiya Jenny niya.

Mabilis pa sa alas-kuwatro siyang umiling. "Wala... wala po." Napansin niyang namumula ang mga mata nito habang sinisipat siya ng tingin kaya wala sa sariling napatanong siya, "Umiyak po kayo?"

Kumuha ito ng baso at nagsalin ng tubig. "Konti lang. Ang ganda na kasi ng pinapanood namin. Kung sino pang kabit, siya pang matapang. Hay, ang buhay nga naman..."

Marami pa itong sinabi pero wala na siyang maintindihan pa. Basta ang naaalala niya, tungkol daw sa mag-asawa ang telenobela at mayroong kabit ang lalaki. Hindi nagtagal, umalis na rin ito sa kusina at bumalik na sa sala para manood.

"Alam ko na kung kanino nagmana si Ate Clarisse," natatawang sabi niya nang maalala ang pinsan niyang minsan niya na ring nakitang humahagulgol ng iyak dahil sa isang palabas.

Matapos kumain, nagpasya muna siyang makinood bago maghugas. Tumabi siya kay Kevin na panay pa rin ang paggamit ng *cellphone.*

Nang matapos ang palabas tungkol sa kabit, tumayo na ang kaniyang tiyahin at naghikab. "Matutulog na 'ko. Na-*text* ko na si Clarisse, pauwi na raw siya," anito habang naglalakad paakyat ng hagdan.

"Sama na 'ko, Hon. Hayaan na natin ang mga bata rito. Maghuhugas at magla-*lock* na lang naman ng pinto 'pag nakauwi na si Clarisse," ani Tito Obet niya. Bumaling ito sa pinsang si Kevin pagkatapos. "Kevin, hintayin n'yo si Clarisse. 'Wag na kayong lumabas ni Clark. Kung hindi na kayo manonood, patayin n'yo na ang TV. Nasa'n si Clark? Clark!"

Sa tawag na iyon ng kaniyang tiyuhin, kusang lumitaw si Clark mula sa *terrace.* "Bakit, Pa?"

"H'wag na kayong gumala." Ibinilin din ng tiyuhin kay Clark ang parehong bilin na sinabi nito kay Kevin. Nakailang-ulit pa ang matanda bago tuluyang pumanhik sa taas, habang si Clark, bumalik sa *terrace.*

Ibinaling na lang ni Toto ang atensiyon sa TV ngunit nang magsawa ay nagpasya na siyang tumayo at mag-igib ng tubig para makapaghugas. Nakaisang hakbang na siya nang biglang umungol sa gilid niya ang nakatatandang pinsang si Kevin habang nakatingin sa *cellphone* nito. Kumunot ang noo niya. Nagtataka. At dala na rin ng matinding kuryosidad ay tumayo siya at pumuwesto sa likurang bahagi ng kaniyang pinsan kung saan malaya niyang makikita ang tinitingnan nito.

Ngunit hindi niya inaasahan ang kaniyang nasaksihan. Nanlaki ang mga mata niya at nalaglag ang panga sa nakita—isang babae't isang lalaki, parehong walang saplot, nagtatalik. Umiindayog ang katawan ng dalawa sa saliw ng isang musikang tila ang mga ito lang ang nakaririnig.

Buong tiyagang hinahanap ang isang paraisong nagtatago sa katawan ng bawat isa.

Ilang beses siyang lumunok at mabilis na nag-iwas ng tingin. Wala sa sarili siyang humakbang paatras at wala rin sa sarili niyang tinanggap ang isang suntok mula sa kaniyang Kuya Kevin.

NANGINGINIG ang kamay ni Toto habang dina-*dial* ang numero ng kaniyang Lola Sida. Sa wakas, kabisado na niya ang numero ng matanda at sa wakas, may lakas na rin siya ng loob na makipag-usap dito. Mahigpit niyang hinawakan ang *cellphone* ni Allen gamit ang kaliwa niyang kamay. Tinanaw niya ang kaibigang may-ari ng telepono ngunit nakatalikod na ito at malayo sa kaniya, waring binibigyan siya ng pagkakataon upang pribadong makausap ang mahal niyang lola.

Matapos ang ilang *ring* ay may sumagot din mula sa kabilang linya.

"Hello?"

Sa boses na iyon, mabilis na tumulo ang luha niya. Ang boses na matagal na niyang gustong marinig. Ang boses ng nag-iisang tao sa mundong sa tingin niya ay nagmamahal sa kaniya nang higit pa sa sarili nitong buhay.

"Lola," bulong niya.

"Toto?"

"Lola." Pinunasan niya ang pisnging nabasa ng luha ngunit napadaing nang lumapat ang kaniyang palad sa gilid ng labi niya.

"A-apo ko... ang apo ko."

Nang marinig niya ang iyak ng matanda sa kabilang linya ay hindi na rin niya napigilan ang sarili. Hindi na niya muling pinunasan ang mga luhang patuloy na dumadaloy sa kaniyang pisngi. Nagpapasalamat siya na mag-isa siyang nasa bubong ng bahay nina Jilian. Walang makakikita sa kaniya, walang mang-aasar, walang manghuhusga.

"Kumusta," Tumikhim siya at pinatatag ang boses, "Kumusta po ang malusog kong lola? Kumakain ka ba nang mabuti, 'La?"

Tumawa ito ngunit muli ring humikbi. "Loko ka talagang bata ka. Maayos naman ako, Apo. Ikaw kumusta ka naman diyan? Kumusta ang pag-aaral mo? Baka naman kung kani-kanino ka na bumabarkada. Kumakain ka ba nang tama sa oras? Kaninong *cellphone* ang gamit mo? Bakit parang hindi naman 'yan numero ni Jenny? Kumusta ang—"

"Lola naman, ang dami n'yo namang tanong!" aniya saka umiling. "Okay lang po ang pag-aaral ko. Lola, pinalitan ng *teacher* ko sa Filipino ang palayaw ko, nagkamali kasi ako ng sulat noon kaya akala po niya Toto O. ang palayaw ko. Ako raw si Toto O., palaging tapat at totoo." Ngumiti siya.

"Saka nalaman kong mahusay po pala ako sa Filipino. Magaling akong gumawa ng tula, natututo na rin akong gumawa ng ilang kuwento. Minsan gusto kong magpaturo pa kay Ate Clarisse kasi nagsusulat pala siya, pero madalas siyang *busy* kaya sa susunod na lang siguro. 'Tsaka mababait ang mga kaibigan ko, 'La. Dalawa lang sila, pero matitino. Si Allen saka si Jilian. Kay Allen pong *cellphone* 'tong gamit ko ngayon. Ang bait niya," pagmamalaki niya.

"Lola, alam mo ba, sina Ji at Allen, parang sina Koko, Teroy at Sim? Mga totoo silang kaibigan. At para po silang matatanda kung magsalita. Madalas sila ang nagpapayo sa 'kin, pero palagi

silang nag-aaway tungkol sa kung ano ang mas mabuti sa 'kin. Si
Jilian po kasi, palaban. Si Allen naman po, pang-asar. Pero may
gusto po si Allen kay Jilian."

Hinintay niyang may sumagot sa kabilang linya ngunit
kawili-wiling paghinga lang ng matanda ang narinig niya kaya
nagpatuloy siya sa pagsasalita.

"At nga po pala, kumakain po ako nang tama sa oras.
Nagdadasal din po ako palagi. Hindi rin po ako nagiging pabigat
kina Tiya Jenny. Ako po ang naghuhugas ng plato, nag-iigib,
nagsasaing, naglilinis ng kubeta at minsan, tumutulong din po
ako sa paglalaba. Ang galing ko, 'no, Lola?" Hinihingal siya nang
matapos. "Lola? Nand'yan pa kayo?"

Tumikhim ang kaniyang lola mula sa kabilang linya. "Oo,
oo."

"Akala ko tinulugan n'yo na 'ko, 'La."

Hindi naman agad sumagot si Lola Sida dahilan para
kumunot ang noo niya.

"Lola, may problema po ba?" Lumunok siya. Tumambol ang
dibdib niya sa kaba sa maaaring isagot ng nasa kabilang linya
kasabay ng malakas na ihip ng hangin.

Muling tumikhim ang matanda. "Toto. Ah, mali, Toto O."

"Pati ba naman kayo, 'La?" nakangiwing sabi niya.

"Hindi mo sinagot ang unang tanong ko. Kumusta ka riyan?"

Pumikit siya nang mariin. Gusto niyang sabihin sa kausap
na hindi pa ba sapat ang lahat ng kuwento niya para masabing
ayos lang siya? Gusto niyang kumbinsihin ang kaniyang lola
na hindi ito dapat mag-alala. Gusto niyang isipin nitong wala
siyang problema. Ngunit nang muling dumapo ang palad niya sa
gilid ng kaniyang labi at mapadaing, napahinga na lang siya nang
malalim. Muli rin niyang naalala ang mga pangyayari matapos
siyang suntukin ng pinsang si Kevin sa unang pagkakataon ilang
linggo na ang nakalipas.

Sinuntok siya ng kaniyang Kuya Kevin. Sinuntok siya sa mukha at sa payat ng kaniyang katawan, wala siyang ibang nagawa kundi mapasubsob sa isang upuan at matulala. Waring narinig naman ni Clark ang komosyon kaya agad itong nagpunta sa sala mula sa terrace.

"A-ano'ng nangyari?" gulat nitong tanong.

Nanggagalaiti namang sumagot si Kevin, "Hinaan mo ang boses mo, Clark, baka marinig ka nina Mama't Papa."

Lumunok si Toto at unti-unting tumayo mula sa pagkakasadsad sa upuan. Nalasahan niya ang dugo sa kaniyang labi pero hindi siya nag-abalang punasan iyon. Nanginginig pa rin ang kalamnan niya sa takot sa kaniyang pinsan.

"Bakit nga? Ano'ng ginawa niya, Kuya?" muling tanong ni Clark sa mas mahinang boses.

Umiling naman si Kevin at ginulo ang buhok. "Nakikialam kasi. Subukan mo pang ulitin 'yon, Toto, hindi lang 'yan ang matitikman mo." Nag-igting ang bagang nito at mabilis na naglakad paakyat sa ikalawang palapag ng kanilang bahay.

"Uy, Kuya. Ano nga? Kuwento mo!" pangungulit ni Clark bago sinundan ang kapatid nito. Huminto naman ito saglit nang tila may maalala. "Hoy, Toto, hintayin mo si Ate, ha? Saka maghugas ka na!" Saka ito nagtuloy-tuloy paakyat.

Naiwan si Toto na nakatayo sa sala, kuyom ang nanginginig na kamao at pilit pinipigilan ang sariling umiyak. Naisip niyang hihingi siya ng tawad dahil mali naman ang ginawa niyang pakikiusyoso sa ginagawa nito. Naisip niya ring sasabihin niya ritong wala siyang pagsasabihan sa kaniyang nasaksihan sa pag-asang mawawala na ang galit nito sa kaniya kapag ginawa niya iyon. Ngunit hindi iyon ang nangyari.

Naging mas mahirap para sa kaniya ang mga sumunod na araw. Dumalas ang pisikal na pananakit ng pinsan niyang si Kevin. At ang bawat suntok nito, tila triple ng suntok na nagmula kay Clark. Kung noon, natatakot siya kay Kevin, ngayon, makita pa lang niya ito ay nanginginig na siya. Ilang kutos, batok at suntok na rin ang natatamo niya mula rito sa loob lang ng isang araw. Tila sanay na sanay na itong saktan ang manipis niyang katawan. Isang maling galaw lang niya, hindi pagsunod sa utos o mabagal na pagkilos, umaamba na itong manununtok at nanlilisik na ang mga mata.

Nang minsang mahuli ng Ate Clarisse niya ang pagsuntok ni Kevin sa balikat niya, nag-away ang dalawa.

"Hoy, Kevin! Bakit mo sinusuntok 'yang si Toto? Kapayat-payat ng katawan n'yan, ginaganyan mo? At 'yang pasa n'yan sa labi, ikaw ba ang may gawa? Dahil ba sa 'yo 'yan?!" bulyaw ng dalaga.

"Pasa? Anong pasa? Libag lang 'yan! 'Wag ka nang makialam, Ate."

"Anong 'wag? Wala ka na ngang ginagawa sa bahay na 'to, nananakit ka pa! Pa'no kung gayahin ka ni Clark? Ayusin mo nga 'yang asal mo!"

Umiling ang lalaki. "Bahala kayo! Kampihan n'yo pa 'yang sampid na 'yan! Kaya lumalaki ang ulo n'yan, e. Akala niya ayos lang na makialam siya sa lahat ng bagay sa bahay na 'to!" Naglakad ito nang mabilis palabas.

"At sa'n ka pupunta?!" sigaw ng pinsang si Clarisse.

"Wala kang pakialam!"

Huminga nang malalim ang dalaga saka kinuha ang cellphone nito. Ilang saglit pa'y nasa tainga na nito ang cellphone at may kinakausap. Agad napatitig si Toto sa kaniyang pinsan nang mabanggit nito ang isang pamilyar na pangalan.

"Hello, Sammy? Sorry sa istorbo, ha? Kasi nag-away kami ni Kevin. Sa tingin ko pupunta siya sa inyo, nand'yan ka ba ngayon?"

Bumuntong-hininga ito saglit at tahimik na nakinig sa kausap.

"Okay, sige. Ikaw na muna ang bahala sa kapatid kong 'yon. Sa 'yo lang yata nakikinig 'yon. Pagsabihan mo rin nang konti, 'wag kamo niyang sinasaktan si Toto. Oo. Sige, salamat. Bye."

Pagkatapos ng tawag ay ibinaling nito ang atensiyon sa kaniya. "Okay ka lang ba? Hayaan mo, mamaya pagkauwi ni Mama, isusumbong ko 'yon."

Ngumiti siya nang bahagya at imbes na tungkol sa pagsuntok ng pinsang lalaki ay iba ang lumabas sa kaniyang bibig, "Si Samantha ba 'yong kausap mo, Ate? 'Yong kulot ang buhok na mag..."

"*Maganda? Oo, siya nga.*" *Ngumiti ito.*

"*E, girlfriend po ba ni Kuya Kevin si S-Samantha?*"

"*Ay, ewan. Siguro? Hindi ko masabi dahil close na talaga 'yong dalawa mula pagkabata. Pero mas naging close sila ngayon. Nagbabago na nga yata ang isip ni Kevin, gusto na yatang mag-aral ulit dahil nahihiya kay Sammy.*"

Tumango siya.

"*Okay ka lang ba talaga? Pagpasensyahan mo na ang Kuya Kevin mo, ha? Ewan ko ba kung bakit lumaking barumbado 'yon.*"

Tumango na lang siya ulit sa kawalan ng sasabihin at kawalan na rin ng nararamdaman.

"Hello, Toto? *Hello?*"

Napapitlag si Toto nang marinig ang nag-aalalang boses ni Lola Sida sa kabilang linya.

"Apo?" anito.

"P-po?"

"Diyos ko po kang bata ka! Akala ko'y kung napa'no ka na, nakailang *hello* na 'ko, walang sumasagot."

Huminga siya nang malalim at inayos ang pagkakaupo sa bubong. "Hindi ka po ba inaantok, Lola?"

"E, hindi pa ba nauubusan ng *load* 'yang telepono ng kaibigan mo?"

Natawa siya sa tanong nito. "Hindi po, *unli call* 'to. One to sawa ang tawag."

"Gano'n ba? Parang nabanggit nga 'yan sa 'kin ni Dino noon."

Sa pagkabanggit ng pangalan ni Manong Dino ay nasiyahan si Toto na magtanong nang magtanong. Kumusta na ang matandang lalaki? Kumusta ang asawa nito? Kumusta ang mga kaibigan niyang sina Koko, Teroy at Sim? Kumusta ang Barangay Marikit? Kumusta ang buong San Agustin? Puro naman magagandang kuwento ang isinagot ng kaniyang lola. Si Manong Dino at ang asawa nito, nagdesisyon na raw na mag-ampon ng isang batang babae dahil mahirap na kung pipilitin pa ng mga itong magkaanak lalo't may edad na. Ang mga kaibigan niya, katulad rin niyang nagsisipag-aral din nang mabuti. Ang Barangay Marikit at ang buong San Agustin, gano'n pa rin. Anang lola niya'y nilulubog daw araw-araw ang lugar nila ng mga pangako ng mga pulitikong madalas namang napapako.

Bigla namang tumahimik ang kaniyang lola sa gitna ng kanilang kuwentuhan. Narinig niya ang tikhim at buntong-hininga nito bago muling nagsalita.

"Kumusta ka ba talaga, Apo?"

"Lola," aniyang parang nagmamakaawa na huwag na siyang tanungin pa.

"Hindi ba't sabi ko sa 'yo, ayoko nang nagsisinungaling ka? Bukod kasi sa mali 'yon, nasasaktan din ako dahil kilala kita. Alam ko kung kailan ka nagsasabi ng totoo at kung kailan hindi. At isa pa, hindi ba't sabi mo, kinikilala ka na bilang si Toto O. palaging tapat at totoo?"

"Lola, sabi n'yo mahirap kalaban ang mapera at makapangyarihan, mas mahirap po palang kalaban ang sarili. May mga bagay na kahit alam mong tama, magdadalawang-isip ka pa ring gawin kasi maraming puwedeng maapektuhan... tulad sa pagsasabi ng katotohanan." Pilit niyang pinatatag ang boses.

"Susunduin na kita."

Nahigit niya pansamantala ang hininga dahil sa tatlong salitang tinuran ng kaniyang lola.

"Ano po?"

"Kanina mo pa 'ko tinatanong ng kung ano-ano, pero hindi mo man lang naitanong kung may hanapbuhay na ba tayo?"

"Meron na, 'La?"

Tumawa ito. "Magsisimula pa lang, pero ano'ng magagawa ko? May problema ang apo ko kaya sino ba naman ako para hindi pa siya kunin ulit? Tiis-tiis nga lang muna sa asin, Apo, pagbalik mo rito. 'Wag magrereklamo," biro nito.

Ikinuyom niya ang kamao at kinalma ang sarili bago pa siya tuluyang maiyak. Sa wakas, babalik na siya sa Barangay Marikit, sa tunay niyang tahanan.

17

"ANO? Nag-usap lang kayo ng lola mo tapos biglang uuwi ka na sa Marikit? Dapat na ba 'kong magsisi sa pagpapahiram sa 'yo ng *cellphone* ko?"

Gustong matawa ni Toto sa itsura ni Allen na nanlalaki ang butas ng ilong pero pinili niyang magseryoso dahil nasa harap ang kanilang guro sa *Mathematics* na abala sa pagso-*solve* ng problemang ito rin naman ang gumawa.

"Gusto na rin akong sunduin ni Lola, e. Baka sa isang linggo nandito na 'yon."

"Agad-agad? Hindi ba puwedeng pag-isipan muna? Una, *September* na kaya, puwede ka pa bang mag-*tranfer* ng *school*? Pangalawa, iiwan mo kami, pagkatapos ng halos limang buwan nating pinagsamahan mula noong bakasyon? Pangatlo, iiwan mo kami matapos mo kaming hingan halos araw-araw ng *advice* para sa buhay mo? Pang-apat, at ang pinakamatindi, iiwan mo kami, seryoso?" bulong ni Jilian habang nagsusulat.

"Jilian, puwede pang mag-transfer kahit *September* na. *First quarter*," ani Allen, "pero hindi mo nga kami dapat iwanan, Toto O."

"Tapos magiging *punching bag* lang ako ni Kuya Kevin at utusan ni Clark?"

"E 'di suntukin at utusan mo rin sila! O kaya isumbong mo sa nanay nila para mapagalitan."

"Mukha bang nakikinig sa magulang 'yong sina Kuya Kevin at Clark, Ji? Wala yatang sinasanto ang mga 'yon," pagkontra ni Allen sa dalagita.

"Ge, hindi na 'ko magsasalita, lagi na lang nababara." Ngumiwi si Jilian saka muling ibinabad ang sarili sa pagkopya sa lahat ng nakasulat sa pisara.

Natapos ang araw na iyon na halos puro pakiusap nina Allen at Jilian na 'wag na siyang umalis ang narinig niya. Gustuhin man niyang pakinggan ang mga ito, mas matindi pa rin ang kagustuhan niyang makauwi sa Barangay Marikit kung saan naroon ang kaniyang lola. Mahal niya ang dalawang kaibigan na parang totoo niyang kapatid ngunit hindi na rin niya kayang tiisin ang pananakit sa kaniya ng mga pinsan. Kaya wala siyang ibang magawa kundi ang malungkot para kina Allen.

Nang makauwi ng araw ding iyon, ang nakapamaywang at kunot-noong tiyahin niya ang bumungad sa kaniya.

"Toto, may problema ka ba?"

"Bakit po?"

"Tumawag ang inay kanina, susunduin ka na raw. Tinanong din ako kung may problema ka, hindi ko naman alam dahil abala na rin ako sa pagtatrabaho. May problema ka nga ba?"

Lumunok siya at dahan-dahang umiling.

"Pero bakit ka susunduin? Ayaw mo na ba rito?"

"Ano po..."

Isang katok mula sa pinto ang nagsalba sa namimilipit niyang dila. Nakahinga siya nang maluwag nang imbes na siyasatin pa siya ng tiyahin ay dumiretso ito sa pintuan para tingnan kung sino ang kumakatok.

Nagtanggal na siya ng sapatos at medyas at ambang aakyat na para magpalit ng damit at makaiwas na rin sa mga katanungan ng tiyahin nang marinig niya ang isang pangalan na sinundan ng tawanan.

"Shiela, hindi ka man lang nagpasabi na darating ka!"

Nabato si Toto sa kinatatayuan. *Shiela? Si Mama o kapangalan lang?* Agad niyang hiniling na sana, kapangalan lang ng kaniyang ina ang dumating ngunit agad din siyang nabigo nang mula sa loob ay narinig niya ang isang mahinhing boses.

"Ate naman, ilang araw lang naman ako rito kasi nag-ayos ako ng lisensya sa Maynila. Hindi naman ako magbabakasyon dito, may trabaho ako sa San Agustin. Nasa'n nga pala si Clarisse? May dala akong bag para sa kaniya."

"Nasa *school. Busy* 'yon. Nandito ang anak mo, hindi mo ba hahanapin? Teka, alam mo bang nandito si Toto o hindi nabanggit ng Inay?"

Halos takbuhin na ni Toto ang hagdan para lang hindi niya marinig ang sagot ng kaniyang ina. Pero sadyang mapagbiro ang tadhana, rinig na rinig pa rin niya mula sa ikalimang baitang ng hagdan ang sagot ng kaniyang Mama Shiela.

"Ha? Nabanggit naman. Saan nga pala nag-aaral si Clarisse?" pag-iiba nito sa usapan.

Ngumiti siya nang mapakla.

Sa muling pagkikita ni Toto at ng kaniyang ina, umasa siyang magiging malapelikula ang tagpo. Ilang beses naglaro ang kaniyang imahinasyon noon at inisip na kapag nagkita silang mag-ina, may iyakan, sumbatan, paghingi at pagbibigay ng kapatawaran at yakapan. Pero katulad nga ng sinasabi ng marami, madalas talagang hindi tumutugma ang inaasahan sa nangyayari sa totohanan.

Pumikit siya at pilit nagpakain sa antok na ayaw naman siyang dalawin habang sa tabi niya'y pareho nang humihilik sina Kevin at Clark. Iyon na ang ikaapat na araw na nasa iisa silang bahay ng kaniyang ina at bukas, uuwi na ito pero wala pa silang naging matinong pag-uusap. Kinausap lang siya nito saglit isang hapon at sinabihang maging mabait siya dahil nakikitira lang siya, pagkatapos, wala na.

Ang matagal niyang hinintay na muling pagkikita ay tila naging isang malaking biro ng tadhana sa kaniya. Walang iyakan, may sumbatan (pero sa isip lang niya), walang humingi at nagbigay ng kapatawaran (kahit minsan naiisip niyang napatawad na naman niya ito) at lalong walang yakapan. Kung may maganda mang naidulot ang pagdating nito, isa lang 'yon, hindi na siya inutusan at sinaktan ng kaniyang mga pinsang lalaki. Wala na siyang natanggap pa bukod sa matatalim na titig at paminsan-minsan ay pagkuyom ng kamao tuwing hindi siya sumusunod sa biglaang utos ng mga ito.

Hindi mawala sa isip niya ang kaniyang ina. Hanggang sa makatulog siya at magising kinabukasan, ito pa rin ang nasa isip niya. Sabado noon. Napapaisip siya kung iniisip din ba siya nito at kung nahihiya ba ito o wala lang talagang pakialam sa kaniya. Dala-dala niya ang kaisipang iyon habang sumisimsim ng kape, kumakain ng tinapay, nanonood ng *cartoons*, naliligo at naghuhugas ng pinggan. Padaan-daan naman ang kaniyang ina sa harap niya pero kahit anong pagtitig pa ang gawin niya rito, ni minsan ay hindi siya nito sinulyapan,.

Nang pumatak ang alas-singko ng hapon ay nagpaalam na itong uuwi na sa San Agustin. Nagtaka siya kung bakit nagpapaalam na ito gayong wala pa namang bakas ng *dortudor* sa paligid, ngunit agad din niyang nalamang magko-*commute* pala ito.

"Mag-ingat, Shiela. Ikumusta mo na lang ako kina Jay," anang Tiya Jenny niya habang kinakausap ang kaniyang ina sa tapat ng pintuan. "Hindi mo na maaabutan ang paborito mong pamangkin, mamaya pa ang uwi no'n," dagdag pa nito patungkol kay Clarisse.

"Ibinigay ko sa kaniya ang *number* ko, *text* na lang niya 'ko," sagot naman ng kaniyang Mama Shiela.

"Hindi mo na ba talaga hihintayin ang Inay? Hindi nagsabi kung kailan ang luwas niya, pero baka sa Lunes e nandito na 'yon para sunduin si Toto."

"Hindi na, Ate. Marami pa akong trabahong naiwan."

Tumango ang tiyahin niya bago nagyakapan ang dalawa. "O siya sige, mag-ingat ka. Toto, ihatid mo ang Mama Shiela mo sa sakayan."

Tumango siya saka isinukbit sa payat niyang braso ang dala nitong bag. Lumabas na siya ng bahay at ilang saglit pa'y nakasunod na sa kaniya ang ina. Tahimik nilang nilalakad ang daan patungo sa sakayan ng traysikel palabas ng *subdivision*. Makalipas lang ang ilang minuto, narating na nila ang sakayan. Iniabot niya sa kaniyang ina ang bag nito at ambang aalis na ngunit natigilan nang tawagin siya nito.

Hinigit siya nito patungo sa isang bakanteng lote, hindi kalayuan mula sa sakayan ng traysikel. Nagtatakang tiningnan niya ang kaniyang Mama Shiela.

"Ito," anito sabay lahad ng isang sobre sa kaniya. "Pagpasensyahan mo na kung 'yan lang ang maibibigay ko, ha? Konting halaga lang 'yan." Nabasag ang boses nito sa huling tatlong salita. "Hindi rin naman mayaman ang nanay mo, Anak."

Umawang ang labi niya sa sinambit nito. Nang makitang maluha-luha ang kaniyang ina ay niyakap niya ito sa baiwang.

"Mama."

"Sorry. Sorry," bulong nito habang binabalot siya sa mainit na yakap. Makalipas ang ilang saglit ay kumalas din ito sa pagkakayakap at pinunasan ang pisngi.

"Aalis na 'ko, ha? Mag-ingat kayo ni 'Nay Sida sa pagbalik sa Marikit. Kahit hindi mo nararamdaman, tandaan mo, mahal kita, Anak," bulong nito bago tuluyang tumalikod at naglakad palayo bitbit ang bag nito.

"Mahal din kita, Ma. Kahit minsan hindi ko maintindihan ang mga naging desisyon mo, mahal pa rin po kita," aniyang sa tingin niya'y narinig naman nito dahil bigla itong humikbi.

Ngunit hindi na ito tumigil sa paglalakad. Pinanood na lang ni Toto ang mabilis nitong pagsakay sa traysikel at pagpupunas ng luha hanggang sa maglaho na ito sa kaniyang paningin. Hindi niya maitatangging nag-asam siya ng mas malaking pangyayari nang gantihan siya nito ng yakap, lalo na noong sabihin nitong mahal siya nito. Akala niya, tulad ng sa mga pelikula'y sasabihin nitong kukunin na siya nito at ang kaniyang lola para magkasama-sama na sila at mamuhay nang masaya.

Hindi man iyon ang nangyari, naging masaya pa rin siya. Sapat na nga sigurong malaman niyang mahal siya ng sarili niyang ina. Tiningnan niya ang sobreng ibinigay nito. Wala siyang balak buksan iyon dahil ang gusto niyang ibigay iyon sa kaniyang lola. Inayos na lang niya ang sarili bago nagpasyang umuwi.

Naglalakad na siya pauwi nang mahagip ng kaniyang mga mata ang isang pamilyar na *van*. Umawang ang kaniyang labi at kumalabog ang dibdib habang tinitingnan iyong dumaan sa kaniyang harapan. Sigurado siyang lulan ng sasakyang iyon ang pinakaimportanteng tao sa buhay niya. Sigurado siya.

"Lola Sida!" Saka siya nanakbong parang kabayo para sundan ang itim na van.

MABILIS ang naging mga pangyayari. Nang makauwi siya sa bahay matapos niyang ihatid ang kaniyang ina ay sumalubong sa kaniya ang nakangiting si Lola Sida. Niyakap siya nito nang mahigpit, pinupog ng halik sa pisngi at sinuri ang buo niyang katawan. Agad niyang ipinagpasalamat na wala na siyang pasa malapit sa labi at ang iba niyang sugat mula sa mga suntok ng pinsang si Kevin ay halos naghilom na rin.

"Bakit ho ba kailangang sunduin na si Toto?" ito ang tanong na ibinato ng kaniyang tiyahin, tiyuhin, pinsang si Clarisse at maging ang guro niya sa Filipino (na siya ring *adviser* ng klaseng kinabibilangan niya) sa kaniyang lola.

Iisa naman ang naging tugon ng matanda. "Gusto ko nang makasama ulit ang apo ko. Nakakalungkot kasi kapag ako lang mag-isa sa bahay."

Agad nakumbinsi ng sagot na iyon ang iba, ngunit hindi si Bb. Almeniana. Pinaikot-ikot nito ang hawak na *ballpen* at tiningnan siya at ang kaniyang lola na magkatabing nakaupo sa malambot na upuan sa opisina ng mga guro.

Lunes nang samahan niya ang lola niya sa eskuwelahan upang ipagbigay-alam ang nalalapit niyang paglipat ng eskuwelahan sa kanilang *adviser* at para na rin sa ilan pang *school records* na kakailangan niya kapag bumalik siya sa Marikit.

"Lola, naniniwala akong may malalim na rason pero hindi ko na uungkatin pa, ano po? Pero sigurado na po ba kayong isasama n'yo na si Toto O. sa inyo? Bilang *adviser* po, tungkulin ko rin pong siguraduhin na magiging maayos ang pag-aaral ng mga bata. Marami-rami na rin po kasing kaso ng mga batang nawalan ng gana sa pag-aaral dahil palipat-lipat ng eskuwelahan," mahinahong sabi nito.

Tumango naman si Lola Sida. "Salamat po sa pag-aalala sa apo ko, Ma'am. Pero gusto na rin po ng batang bumalik sa Marikit."

"Sigurado ka na ba, Toto O?" ngumiti ang kaniyang guro sa Filipino.

Huminga siya nang malalim bago sumagot, "Opo."

"Kung gano'n..." Tumango-tanong ito "...sige po, ipoproseso ko po ang *records* ni Toto O. Tutal naabutan po niya ang *first grading period*, magkakaro'n po siya ng *grade* para roon."

"Salamat po, Ma'am," ani Lola Sida.

"Kailan po pala ang alis ninyo?"

"Sa makalawa na po, Ma'am. 'Yong *records* po ng apo ko, pababalikan ko na lang po sa tiyahin niya sa susunod. Nakausap ko na naman ang mga guro sa Marikit."

Ibinaba ng guro ang kanina pa nitong pinaglalaruang *ballpen*. "Gano'n po ba? Biglaan pala talaga, nakakalungkot, paboritong-paborito ko pa namang bigkasin ang palayaw ng binatilyong 'to. Madami akong estudyante, ang iba nga e hindi ko na matandaan ang pangalan, pero itong si Toto O. isa siya sa talagang tumatak sa utak ko."

Napangiti si Toto. "Salamat po. Hindi ko po kayo makakalimutan, Ma'am. Akala ko po noon wala akong taglay ni katiting na katalinuhan, pero kapag Filipino na, pakiramdam ko po tumatalino ako," pag-amin niya.

Sabay namang natawa ang kaniyang lola at guro. Ilang saglit pa'y tumayo na ang guro at tumingin sa suot nitong relo.

"May katanungan pa po ba kayo?"

Umiling ang kaniyang lola. "Wala na po, salamat po ulit." Bumaling ito sa kaniya. "Tara na, Apo."

"Sabay na po tayo palabas, may klase na rin po kasi ako," ani Bb. Almeniana.

Tahimik silang naglakad palabas ng opisina ng mga guro. Nang dumating sa unang likuan ay huminto si Bb. Almeniana.

"Dito na po ako. Mag-ingat po kayo."

"Kayo rin po, Ma'am," sagot ni Toto bago ginantihan ang matamis na ngiti ng kaniyang paboritong guro. Nang tumango ito at ambang maglalakad papasok sa isang silid-aralan ay muli niyang inagaw ang atensiyon nito.

"Ma'am!"

Lumingon ang guro habang ang kaniyang lola naman ay tumigil sa paglalakad.

"Toto lang po ang talagang palayaw ko, pero salamat po... salamat po dahil nagustuhan ko na rin po ang Toto O. Salamat po."

Pansamantalang natigilan si Bb. Almeniana ngunit natatawang tumango rin saka itinaas ang hinlalaki.

"Walang anuman, Toto O."

———

KINAHAPUNAN, sina Jilian at Allen naman ang kinausap niya. Hindi nila magawang tumambay sa bubong dahil mainit pa kaya sa isang mayabong na puno ng mangga malapit sa *basketball court* na lang sila nagpunta at naupo. Tahimik nilang pinagmamasdan ang mga kalalakihang panay ang agawan sa bola. Lahat may gustong sabihin, pero walang gustong magsalita.

Tumikhim si Toto nang makalipas ang ilang minuto, hindi na niya kinaya ang katahimikan.

"Aalis na kami sa makalawa," bulong niya.

Pinaglaruan ni Allen ang isang *stick* na nakuha nito sa kung saan. "Ingat," anito sa mababang tinig.

Pinilit niyang tumawa para pagaanin ang sitwasyon. "Ingat? Ingat lang?"

Kumunot ang noo ni Jilian. "Anong gusto mo? *Congrats? Happy birthday? Happy monthsary?*" pagtataray ng dalagita. "Ay, ano ba, bakit ba 'ko naiiyak?" Inilagay nito ang dalawang palad sa mukha at sumubsob sa sariling hita.

"*Sorry* na, Jilian." Hinaplos niya ang likod ng kaibigang babae ngunit isang kamay ang biglang pumigil sa kaniya.

"Ako na," nakasimangot na sabi ni Allen at ito na mismo ang umalo kay Jilian.

Nailing na lang siya at tumanaw sa malayo. Maalinsangan ang panahon pero hindi niya maitatangging ang mas nagpapainit sa pakiramdam at sa puso niya ay ang mga kaibigan niyang kulang na lang, magmakaawa para hindi na siya umalis pa. Naiintindihan niya ang mga ito. Para na niyang kapatid ang dalawa, at sino ba namang malalapit na magkakapatid ang gustong mawalay sa isa't isa?

Aminado siyang hindi lang iisang beses sumagi sa utak niyang 'wag na lang bumalik sa Brgy. Marikit sa San Agustin. Gabi-gabi, mula nang sabihin ng Lola Sida niyang susunduin na siya nito, napapaisip pa rin siya kung tama bang umuwi na siya. Makikita niya ang mukha ng tiyahin at tiyuhin na pareho namang naging mabuti sa kaniya, ang mukha ng pinsan si Clarisse na tagapagtanggol niya, nina Allen at Jilian na mahal na mahal niya, sina Samantha at Bb. Almeniana, ni Clark, Kevin, ng mga naging kaklase, mga bata, binatilyo at dalagitang minsan nakalaro niya.

Pilit din niyang tinitimbang sa utak niya kung ano ba ang makabubuti sa kaniya. At sa tuwing maaalala niya ang pagpapahirap, pakikipagtalo at pang-aapi sa kaniya ng mga pinsang lalaki, napabubuntong-hininga na lang siya at mabubuo sa isip kung ano ang higit na makabubuti sa kaniya.

Maaaring kuwestiyunin at sabihin ng ibang mababaw ang rason niya. Maaaring may marinig siyang, *'dahil lang do'n, aalis ka? Ang dami namang ibang paraan.'* Pero wala na siyang pakialam. Gusto na lang niyang maisalba ang payat niyang pangangatawan at murang isipan mula sa berbal at pisikal na pang-aabusong nararanasan niya.

"Sorry," muli niyang bulong kasabay ng pag-ihip ng hangin. Rinig pa rin niya ang paghikbi ni Jilian sa kaniyang tabi ngunit wala siyang lakas ng loob na sulyapan ang kaibigan.

"Tanggap ko naman," saad ni Allen na abala pa rin ang kamay sa paghaplos sa likod ng dalagita. "Alam ko naman 'yong pinagdadaanan mo. Siguro kung ako nga ang nasa posisyon mo, magsusumbong ako sa lahat ng puwedeng pagsumbungan. Wala na 'kong pakialam kung sino ang maaapektuhan at posibleng magkaro'n ng pag-aaway. Kahit na sumiklab ang giyera dahil siguradong kakampihan ako ng lola ko, habang ang mga pinsan ko, kakampihan ng mga magulang nila, talagang wala na 'kong paki. Kaya nga hanga ako sa 'yo."

"D-duwag nga ako," aniya.

"Hindi ka duwag, Toto O. Matapang ka. Mas matapang ka pa kay Jilian." Tumawa si Allen.

Nang ibaling ni Toto ang tingin sa direksyon nito'y nakita niyang nakatunghay na rin pala si Jilian at nagpupunas ng luha.

"Oo, tanggap ko rin naman. Mas matapang ka nga talaga sa 'kin. 'Yong tapang na meron ka, 'yan 'yong tapang na hindi nakapananakit ng kapuwa. *Punching bag* ka nga, 'di ba? Sinasalo mo lang lahat." Umiling-iling ang babae.

"Sorry. Alam kong makasarili 'tong desisyon ko—"

"Nagpapatawa ka ba? Anong makasarili? Kung makasarili ka, noong nalaman mo pa lang na nagsinungaling si Clark tungkol sa pagpasok niya kuno, nagsalita ka na. Kung makasarili ka, minu-minuto kang magte-*text* sa lola mo at sasabihing inaabuso ka ng mga pinsan mo. Kung makasarili ka, hindi ka magdadalawang-isip na bumalik ng Marikit," pagputol ni Jilian sa kaniya. "Kami, kami yata ang makasarili. Alam na nga namin 'yong mga pinagdaanan mo, kinonsensya ka pa namin tungkol sa pag-alis mo. Kaya *sorry*, nabigla lang kami."

"Ikaw lang, Ji, idadamay mo pa 'ko!" kontra ni Allen na agad namang nakatikim ng batok mula sa babae.

"Panira ka talaga, umalis ka na nga!" pagtataboy ni Jilian sa mapang-asar na kaibigan at nagsimula na namang magbangayan ang dalawa.

Pinagmasdan ni Toto ang kaniyang mga kaibigan. Pinagmasdan niya ang bawat buka ng mga labi, kumpas ng mga kamay, simangot ng mga mukha at maagap din niyang pinakinggan ang tunog ng boses at halakhakan ng mga ito.

"Teka, tama na nga!" sigaw ni Allen na napagod na yata sa pakikipagtalo kay Jilian. "Yakapin na lang natin si Toto O. Pabaon sa pag-alis niya dahil wala naman tayong pera pambili ng regalo!"

Ngumiti siya, nailing at napahiga na lang sa damuhan nang walang ano-anong dumamba ang dalawa niyang kaibigan sa kaniya. Tumawa siya dahil imbes na katawan niya, mukha niya yata ang niyakap ng mga ito. Napapikit siya at dinama ang bawat isa. Isa ang yakap na iyon sa pinakamagandang regalong natanggap niya, daig pa ang kahit anong regalong posible niya sanang natanggap kung may nagpanggap na Santa Claus para sa kaniya noong bata pa siya.

Pumikit siya kasabay ng pagdaloy ng masaganang luha. Ipinangako niya sa sariling iyon na ang huli At sa pagsapit ng araw ng pag-alis niya kasama ang kaniyang lola, tanging ngiti na lang ang baon niya.

KATOTOHANAN—isang salitang *katiyakan* ang ibig sabihin para kay Toto. Para sa kaniya, katotohanan ang mga bagay o kaisipang ibinase sa mga totoong pangyayari o kaganapan. Para sa kaniya, ang katotohanan, hangga't maaari ay hindi dapat itinatago, kinikimkim o pinasisinungalingan. Ang katotohanan ay katotohanan.

Bumuntong-hininga siya at tumingin sa kisame. Isa-isa niyang binalikan ang mga pangyayari sa buhay niya ilang buwan na ang nakalipas. Kung paanong ang isang simpleng buwan ng Abril, nauwi sa isang magulong sitwasyon, malalaking desisyon na nagkaroon ng iba't ibang epekto sa kaniya, sa lola niya at sa mga taong malalapit sa kaniya.

Muli niyang inalala ang araw na napatid siya ng isang timbang hipon, nasiraan ng tsinelas, kumain ng masarap na *ice cream* at nagsaya na parang wala nang bukas. Nang pumikit siya, sumagi naman sa alaala niya ang pagkawala ng kanilang hanapbuhay, ang pagtanggi ng kaniyang inang kupkupin siya, pagpunta niya sa Balagtas, hanggang sa makakilala siya ng mga bagong kaibigan, nagkaroon ng alitan sa kaniyang mga pinsan at maging mapait ang buhay niya.

Ipinagpapasalamat na lang niyang nakauwi na siya sa Brgy. Marikit. Muli na niyang naaamoy ang dagat, mga sariwang isda, at ang palaging malamig na simoy ng hangin.

Ilang linggo na rin nang makauwi siya. Pumapasok na ulit siya sa eskuwela at palagi na namang nakikipag-asaran kina Teroy, Koko at Sim. Hinahanap-hanap niya sina Jilian at Allen at sa tulong ng teknolohiya, naging mas madali ang komunikasyon nila. Nakikigamit siya ng *cellphone* sa kaniyang lola o 'di kaya ay kay Koko. Nalaman nga niyang bukod sa madalas pa ring magtalo ang dalawa, sinagot na rin pala ni Samantha si Kevin. Matagal na pala talagang nanliligaw ang lalaki sa dalaga. Napabuntong-hininga na lang siya sa balitang iyon. Nabalitaan niya rin mula kina Jilian ang pag-uwi ng buntis na ate ni Allen. Natanggap na ng buo nitong pamilya ang nakabuntis dito at inaasikaso na raw ang kasal.

Isa pang mahalagang pangyayari noong nakauwi siya ang pagsasabi niya ng katotohanan sa kaniyang Lola Sida. Sinabi niya rito ang lahat ng nangyari at kung bakit nauwi siya sa desisyong bumalik na ng Marikit. Niyakap siya nito nang mahigpit habang tahimik itong tumatangis; lubos ang pagkahabag nito sa kaniya.

Sinabi niyang 'wag na lang ipaabot sa kaniyang tiyahin ang dahilan ng pag-uwi niya dahil tapos na ang lahat ngunit hindi pumayag si Lola Sida.

"Anong 'wag? Dapat lang na malaman ni Jenny para madisiplina niya ang mga anak niya. Hindi *por que* abala silang mag-asawa sa pagtatrabaho, e hindi na niya gagawin ang tungkulin niya bilang ina," matigas na sabi ng matanda saka tinawagan ang kaniyang tiya.

Nang magkaalaman, saka niya naunawaang ang pagtanggap sa katotohanan ay parang pagsubo rin sa isang hindi pamilyar na pagkaing may magandang presentasyon. Sa una, nakatatakam, nakaengganyong tikman. Kahit walang kasiguraduhan sa lasa, kahit may pagdududa, tutuloy pa rin sa pagsubo ang mga taong sabik. Sa unang tikim, may mapapangiti at may mapapangiwi.

Ang mga ngumiti, tuluyang kakainin ang pagkain at lulunukin, habang ang mga ngumiwi, maaaring iluwa ang isinubo o di kaya'y sapilitan iyong lulunukin habang umiinom ng tubig saka hihinga nang malalim.

Hindi palaging madali ang pagtanggap sa katotohanan. Tulad nga ng pagkain, may mga taong kapag hindi nagustuhan ang katotohanan, walang pagdadalawang-isip na iluluwa ang nalaman—hindi tatanggapin o aayawan. Katulad ng kaniyang Tiya Jenny na agad nakipagtalo nang malaman ang bersiyon niya ng katotohanan.

"Totoo? 'Yan ba ang totoo? 'Nay, kilala ko ang mga anak ko, hindi naman nanununtok, nananakit o nag-uutos ang mga 'yon nang walang pinanggagalingan! Baka naman nagsisinungaling 'yang si Toto sa inyo?"

Iyon ang narinig niyang sabi ng tiyahin mula sa *cellphone* ng lola niyang hindi man nausuhan ng *camera* ay may *loud speaker* naman. Wala na siyang nagawa kundi pakalmahin ang kaniyang lolang galit na galit at sabihing 'wag nang makipagtalo pa at pabayaan na lang ang tiyahin sa gusto nitong paniwalaan.

Habang ang Tiyo Obet niya, isa sa mga taong handang lunukin ang mapait na katotohanan at hindi na nito kailanman babalikan pa ang nalaman. Nagpadala lamang ito ng *text message* sa kaniyang lola. Humihingi ito ng pasensya sa inasal ng mga anak nito at maging ng asawa. Anito'y sana raw noon pa siya nagsalita, pero dahil hindi na nga maibabalik ang nakaraan, sana'y maging bukas na lang daw ang puso niya para sa mga pinsan. *Forgive and forget,* dagdag pa nito.

Kung may nakatanggap man nang lubusan sa katotohanang inihayag niya, ito ay ang kaniyang pinsang si Clarisse. Ipinahatid nito sa kaniya sa pamamagitan ng tawag ang pagkadismaya nito sa mga nangyari. Buong pagpapakumbaba itong humingi ng tawad, isang *patawad* na punong-puno ng sinseridad at walang hinihinging kapalit. Sinabi rin nitong kakausapin nito ang ina para maging maayos na ang lahat sa pagitan ng Tiya Jenny niya at ng kaniyang lola.

Nalulungkot man sa mga pangyayari si Toto, ipinagpatuloy niya ang buhay. Naniniwala pa rin siyang katulad ng kaniyang Tiya Jenny at Tiyo Obet na hindi natiis si Clark kahit na minsan itong naadik sa kompyuter, at ng pamilya ni Allen na hindi rin natiis ang kapamilyang maagang nabuntis, hindi rin matitiis at magkakabati rin sa paglipas ng panahon ang lola at tiyahin niya. Sabi nga ni Allen noon, "Pamilya, e."

Bumuntong-hininga siya. Maya-maya pa'y isang sigaw mula sa labas ng kanilang bahay ang pumukaw sa atensiyon ni Toto.

"Hoy, Toto O!"

Nagmamadali siyang tumayo at lumabas ng bahay. Naabutan niyang nag-aayos ng suot na damit ang lola niya habang nagsusuklay.

"Pupunta ka na po sa *grocery store*, 'La?"

"Mamaya, Apo. Gusto ko ring tutukan ang negosyo kahit na alam kong tutok din naman si Dino roon."

Tumango siya at nagtuloy-tuloy na sa paglabas. Magkasosyo na sa negosyong *mini grocery store* ang kaniyang lola at si Manong Dino na bagama't tinatawag na *mini* ay malaki na para sa kaniya. Namangha siya nang unang makita iyon ilang metro ang layo mula sa bahay nila. Kabubukas lang ng *grocery store* dalawang linggo ang nakalilipas ngunit naging patok na agad iyon sa mga mamimili.

"Toto O."

Sinalubong niya ng ngiti sina Sim, Koko at Teroy nang tuluyan siyang makalabas. Nakasanayan na ng mga itong tawagin siyang Toto O. matapos sabihin ng kaniyang lola sa mga ito na iyon daw ang bago niyang palayaw.

"Anong ginagawa n'yo rito?" tanong niya.

Ngumisi si Koko. "Ano pa, e 'di gagawa ng *assignment!*"

Kumunot ang noo niyang agad namang nahalata ng mga kaibigan.

"Sabi na nga ba palayaw lang ng taong 'to ang nagbago, tingnan n'yo, makakalimutin pa rin," nakangiwing sabi ni Sim habang si Teroy naman, tumatango-tango lang sa gilid.

"Teka, alam kong may *assignment* tayo sa Filipino, pero bakit dito kayo nagpuntahan? Kailan pa 'ko naging henyo sa paningin ninyo?" pagtatakang-tanong niya.

"Tumpak, hindi ka henyo! Pero hindi mo ba naaalala? Nabanggit din ni Lola Sida na magaling ka na raw magsulat ng kuwento, tula, sanaysay, dula at kahit ano pa 'yan!" ani Teroy. "At dahil kailangan nating gumawa ng maikling kuwento, tutulungan mo kami!"

Napakamot si Toto sa ulo. "Ano ba, siyempre sa sobrang *proud* sa 'kin ni Lola, kung ano-ano nang idinagdag niya kahit ang kaya ko lang namang gawin sa ngayon, tula at konti lang na kuwento."

"E, ayun naman pala, marunong ka talaga! Siya simulan na natin."

Nagpasukan na ang mga ito sa bahay nila sa pangunguna ni Teroy. Narinig pa niyang binati ng mga ito ang lola niya at nagsipagyabang pang gagawa sila ng takdang-aralin. Napakamot na lang siya sa batok bago sinundan ang magugulo niyang mga kaibigan.

"Ano? *Game* na? Pa'no ba dapat ang gawin, Toto O?" ani Koko saka humingi ng papel kay Teroy at nanghiram ng *ballpen* kay Sim.

"Oo nga, paano ba makagawa ng magandang kuwento?" tanong ni Teroy.

"Ewan, mag-isip lang kayo ng gusto n'yong isulat. Tapos magsulat na kayo," kibit-balikat niya.

"Wow, propesyunal ang dating ng sinabi mo," sarkastikong sagot ni Sim.

Natawa siya nang bahagya. "Hindi mo naman kasi talaga kailangan ng kahit anong *tips* sa pagsusulat. Isulat mo lang kung ano'ng nararamdaman mo. Isulat mo kung ano'ng naiisip mo. Isulat mo ang katotohanang kumakawala sa dibdib mo."

Halos mabingi siya sa masigabong palakpakang pinakawalan ng tatlo.

"Si Timothy John Olep ba talaga 'tong kausap natin?" manghang tanong ni Koko.

"Hindi ko alam, *alien* yata 'to," gatong ni Sim.

"Hari na ng Makata ang dating Hari ng Sablay," ani Teroy.

"Matalino ngang talaga ang apo ko!" sabat naman ng kaniyang lola na mukhang kanina pa rin sila pinagmamasdan at pinakikinggan saka naghalakhakan ang mga ito.

Sinapo na lang ni Toto ang kaniyang noo at hinayaan ang paglaki ng kaniyang ngiti. Dinampot niya ang *notebook* at *ballpen* sa tabi niya. Umupo nang maayos sa sahig at ginawang patungan ng *notebook* ang kawayang upuan. Kumunot ang kaniyang noo habang nag-iisip. Hindi pa rin tumitigil ang halakhakan sa paligid niya ngunit imbes na maging distraksyon, waring naging musika pa iyon sa kaniyang pandinig.

Makalipas ang ilang sandali, napangisi na siya nang may mapagtanto. Wala na ngang mas gaganda pa sa isang kuwentong hango sa katotohanan.

Huminga siya nang malalim saka isinulat ang titulo ng maikling kuwentong baka maging nobela sa dami ng mga pangyayaring gusto niyang ibahagi sa iba: Toto O.

Made in the USA
Monee, IL
18 August 2025